തണൽ കഥകൾ

യാത്രാമധ്യേ ഒരു കഥമരത്തണൽ നേരം

അബ്ദുൾ റൗഫ് തിരുത്തുമ്മൽ

ഉള്ളടക്കം

ആമുഖം

നടന്ന വഴികളിൽ കണ്ട ചില കാഴ്ച്ചകളും ജീവിതങ്ങളും, അതിലേ ചെറിയ ചില സന്തോഷങ്ങളും, സങ്കടങ്ങളും, നർമ്മങ്ങളും ചേർത്തിണക്കിയ കുറച്ചേടുകൾ ചേർന്നതാണ് ഈ പുസ്തകം "തണൽ കഥകൾ". പങ്കുവയ്ക്കലുകൾ കൂടിയിട്ടും മാനസ്സികമായ കൂടിച്ചേരലുകൾ കുറയുന്ന ഈ കാലഘട്ടത്തിൽ കുറച്ച് നേരം ഘനമില്ലാത്ത വായനയുടെ ഒരു തണലൊരുക്കുക എന്ന് കരുതി എഴുതിയ ഏതാനും കുറിപ്പുകളായി ഈ പുസ്തകത്തെ കണക്കാക്കാം.

കടപ്പാട്

സർവ്വപ്രപഞ്ച നാഥനും, എനിക്ക് ചുറ്റും നിറഞ്ഞ നന്മയുള്ള ലോകത്തോടും, നല്ല സൗഹൃദങ്ങളോടും, എന്റെ പ്രിയപ്പെട്ടവരോടും.

അവതാരിക

തണൽ കഥകൾ

ഓർമ്മകളിൽ മായാതെ നിൽക്കുന്ന അനുഭവങ്ങളേയും, ചിന്തകളേയും ലളിതമായ ഭാഷയിൽ പകർത്തിയിരിക്കുകയാണ് അബ്ദുൾ റൗഫ് തന്റെ 'തണൽ കഥകളിൽ'. നന്മ, ജ്ഞാനം, സന്തോഷം, സംതൃപ്തി, വിശപ്പ്, പ്രകൃതി, നർമ്മം തുടങ്ങിയ വിവിധ വിഷയങ്ങളിലൂടെ കടന്ന് പോകുന്ന 21 ചെറുകഥകളാണ് ഈ പുസ്തകത്തിലുള്ളത്.

ഈ കഥകളിൽ മണ്മറഞ്ഞ് പോയ നമ്മുടെ കേരളീയ ഗ്രാമങ്ങളിൽ നിന്നുള്ള നൊമ്പരങ്ങളും നന്മയും കലർന്ന കാഴ്ച്ചകളുണ്ട്, കഥാകാരന്റെ മനസ്സിനെ ഭ്രമിപ്പിച്ച ചിന്തകളുണ്ട്, പ്രവാസജീവിതത്തിന്റെ തീച്ചൂളയിൽ ചുട്ടെടുത്ത അനുഭവങ്ങളുണ്ട്. പ്രവാസത്തിന്റെ ഉരുകുന്ന ചൂടിൽ തന്റെ ബാല്യ, കൗമാര യൗവനങ്ങളിലെ നാട്ടിൻപ്പുറക്കാഴ്ച്ചകളുടെ തണലിൽ ആശ്വാസം കണ്ടെത്താൻ കഥാകാരനെ ഈ കഥകളിൽ നമുക്ക് ദർശിക്കാവുന്നതാണ്.

തന്റെ ജീവിതയാത്രയിൽ താൻ കാണുകയും, അനുഭവിക്കുകയും, കേട്ടറിയുകയും ചെയ്ത സന്ദർഭങ്ങളെയും, സംഭവങ്ങളെയും, സംഭാഷണങ്ങളെയും വായനക്കാർക്ക് മുൻപിൽ അബ്ദുൾ റൗഫ് ഈ കഥകളിലൂടെ വരച്ച് കാട്ടുന്നു.

'ഓർമ്മയിലെ മധുരം', 'ഒരു ബ്ലാക്ക് ആൻഡ് വൈറ്റ് കുട പുരാണം', 'ഉണ്ടപ്പത്തല്', 'പുണ്യവസന്തം' തുടങ്ങിയ ഓർമ്മചിത്രങ്ങൾ കഥാകാരന്റെ കുട്ടിക്കാലത്തേക്ക് വായനക്കാരെ കൂട്ടിക്കൊണ്ട് പോകുന്നു. ഇല്ലായ്മകളുടെ ഗന്ധം പേറുന്ന ഈ കഥകൾ നാം കുഞ്ഞ് നേട്ടങ്ങളിൽ സന്തോഷം, സംതൃപ്തി എന്നിവ കണ്ടെത്തിയിരുന്ന ഒരു കാലഘട്ടത്തിലേക്കുള്ള തിരിഞ്ഞ് നോട്ടമാണ്.

ജീവിതയാഥാർഥ്യങ്ങളെക്കുറിച്ചുള്ള വെളിപാടാണ് 'ഒരു ചക്രവർത്തി കണ്ട സ്വപ്നം' എന്ന ചെറുകഥ. വെട്ടിപ്പിടിക്കലുകളെക്കാൾ കരുത്ത് വിട്ടുകൊടുക്കലുകൾക്കുണ്ടെന്ന് ഈ കഥ ഓർമ്മപ്പെടുത്തുന്നു. 'ദിവംഗതപ്പട്ടം', 'ചെര്യേ സംശയം',

'പീപ്പിളി' തുടങ്ങിയ കഥകൾ ഹാസ്യത്തിന്റെ മേമ്പൊടിയോടെ വായനക്കാരനെ ചിന്തിപ്പിക്കുന്നു.

'ഇരുളറ', 'യത്തീം', 'സമയമില്ല', 'രഹസ്യമൂലി', 'പ്രതിബിംബം' തുടങ്ങിയ കഥകൾ ലഹരി, വാർദ്ധക്യത്തിലെ ഒറ്റപ്പെടൽ, പ്രകൃതി സംരക്ഷണം, സാമൂഹികമാധ്യമങ്ങളുടെ അതിപ്രസരം തുടങ്ങിയ സമകാലിക പ്രസക്തിയുള്ള വിഷയങ്ങളെ ചൂണ്ടിക്കാട്ടുന്നു.

ഈ 21 ചെറുകഥകളുള്ള സമാഹാരം ഒരേ സമയം വായനക്കാർക്ക് ചിരിക്കാനും, ചിന്തിക്കാനും അവസരമൊരുക്കുന്നു.

Pramod Nair
Chief Editor (Pravasi Daily)

1

ഒരു ചക്രവർത്തി കണ്ട സ്വപ്നം

എന്തിനായിരുന്നൂ ഇതെല്ലാം താൻ വെട്ടിപ്പിടിച്ചത്!

പേരറിയാത്ത ഒരു ചക്രവർത്തി...

എല്ലാ മണ്ണും വെട്ടിപ്പിടിച്ചെന്നു സ്വയം തോന്നിയശേഷം വാശിയും, വീറും വറ്റിപ്പോയ ആ രാത്രിയാണ് സ്വസ്ഥമായി ഒന്നുറങ്ങിയത്... വർഷങ്ങളായി അദ്ദേഹം ഒരേ ചിന്തയിലായിരുന്നു... തനിക്കു കീഴിൽ ആവണം എല്ലാം, എല്ലാത്തിനും മുകളിൽ അധികാരം സ്ഥാപിക്കണം...

ശരീരത്തിനും മനസ്സിനും വിശ്രമം കൊടുത്തുകൊണ്ട് ആ വലിയ ചക്രവർത്തി ഇന്നാണ് ഒന്നുറങ്ങുന്നത്... മനസ്സിൽ അദ്ദേഹത്തിന് വെട്ടിപ്പിടിക്കാൻ ഇനി ബാക്കി ഒന്നുമില്ല , എല്ലാം കാൽചുവട്ടിലായി എന്നുറപ്പിച്ചുള്ള ഉറക്കം...

ഉറക്കത്തിൽ അദ്ദേഹം സ്വപ്നം കാണാൻ തുടങ്ങി... ആദ്യം കണ്ടത് ഒരു വലിയ ഭൂമി നിറയേ മരവിച്ച ശവശരീരങ്ങളും അവ കൊത്തിപ്പറിക്കുന്ന കുറേ കഴുകന്മാരും; ചുറ്റിനും പുകപടലങ്ങൾ, കത്തിയമരുന്ന മനുഷ്യ ശരീരത്തിൻറെ രൂക്ഷ ഗന്ധം, ഇന്ന് വരേയും ആ ഗന്ധത്തിനു ഇത്രയും രൂക്ഷത അനുഭവപ്പെട്ടിട്ടില്ല... ആ യുദ്ധഭൂമിയിൽ നടുക്കായി ഒരു കൊച്ചു കുഞ്ഞു കിടന്നു കരയുന്നു... ആ കുഞ്ഞിന്റെ കരച്ചിൽ അദ്ദേഹത്തെ വല്ലാതെ വേട്ടയാടുന്നത് പോലെ തോന്നിപ്പോകുന്നു... തൻറെ അടഞ്ഞ കണ്ണുകളിൽ അദ്ദേഹം ആ പൈതൽ ആരെന്നു തിരയാനുള്ള ശ്രമം നടത്തുന്നു...

അകലെനിന്നും ഒരു കുതിര കുളമ്പടി ശബ്ദം തനിക്കരികിലേയ്ക്ക് അടുത്തടുത്ത് വരുന്നു... അരികിലെത്തി ആ ശബ്ദം തന്നെയും ഭേദിച്ച് കടന്നു പോകാൻ ഒരുങ്ങുന്നതുപോലെ അദ്ദേഹത്തിന് തോന്നിപ്പോകുന്നു... പെട്ടന്ന് ആ കുഞ്ഞിൻറെ ശബ്ദം നിലച്ചു, പകരം അലമുറയിട്ടു കരയുന്ന കുറേ സ്ത്രീകളുടെ മുഖങ്ങൾ അദ്ദേഹം കാണുന്നു... അവരെല്ലാം ആരെയോ പഴിച്ചുകൊണ്ടേയിരിക്കുന്നു, സ്വന്തം പേരുപോലും മറന്നു പോയ ചക്രവർത്തി, അവർ അദ്ദേഹത്തെ തന്നെ പഴിച്ചുകൊണ്ടിരിക്കുകയാണെന്നു തിരിച്ചറിയാതെ വീണ്ടും മുന്നോട്ടു നടന്നു... മുൻപിൽ വരൾച്ച ബാധിച്ച ഒരു വലിയ ഭൂമി... ആ യുദ്ധ ഭൂമിയുടെ മുൻപിൽ അദ്ദേഹം കാണാൻ ആഗ്രഹിച്ചത് വലിയ കൊട്ടാര സമുച്ചയങ്ങളായിരിക്കാം...പക്ഷെ വിണ്ടു കീറിക്കിടക്കുന്ന ആ ഭൂമിയിലൂടെ നടക്കുമ്പോൾ താൻ ഇത്രയും നാൾ നേടിയെടുത്ത ശക്തി ചോർന്നുപോകുന്നതുപോലെ അദ്ദേഹത്തിന് തോന്നിപ്പോകുന്നു... പാദരക്ഷകൾ വരെ ഉരുകിപ്പോകുന്ന ചൂടും... അദ്ദേഹത്തിന് കലശലായ ദാഹവും അനുഭവപ്പെടുന്നു...

സ്വപ്നത്തിൽ നിന്ന് ഏതുവിധേനയും ഒന്ന് ഉണരണമെന്നുണ്ട്... ദാഹം സഹിക്കാൻ കഴിയുന്നില്ല... പക്ഷെ നടത്തം തുടർന്നേ തീരൂ, ചക്രവർത്തിയല്ലേ! വീഴാൻ മനസ്സ് അനുവദിക്കുന്നില്ല... വീണ്ടും

മുന്നോട്ടുപോയപ്പോൾ അദ്ദേഹം ഒരു കിണർ കാണുന്നു... ഓടിയും മുട്ടിലിഴഞ്ഞും എങ്ങിനെയൊക്കെയോ അദ്ദേഹം ആ കിണറിനടുത്തെത്തി... കിണറ്റിനുള്ളിലേക്കു നോക്കിയപ്പോൾ അവിടേയും ജീവനറ്റ മനുഷ്യ ശരീരങ്ങൾ... ചുറ്റും ചിന്നിച്ചിതറിത്തെറിച്ച പടക്കോപ്പുകളും, ഒരിറ്റ് ജലം മാത്രം അതിൽ കാണുന്നുമില്ല... ദേഷ്യവും, നിരാശയും അദ്ദേഹത്തെ കൂടുതൽ ബലഹീനനാക്കിയിരിക്കുന്നു... താൻ വെട്ടിപ്പിടിച്ചതൊന്നും തന്നേ തുണക്കാനില്ലേ! എന്ന ചിന്ത അദ്ദേഹത്തെ ആദ്യമായി സ്പർശിച്ച നിമിഷം...

ക്ഷീണിതനായ അദ്ദേഹം തന്റെ കൂടെയുള്ളവരെ തിരഞ്ഞു നോക്കി... എല്ലാവരും കുറച്ചകലെയായി പ്രതിമകൾ പോലെ നിൽക്കുന്നു... കണ്ണിമ പോലും വെട്ടാതെ നിൽക്കുന്ന തന്റെ ശക്തരായ സേനയെ നോക്കി അദ്ദേഹം എല്ലാ ശൗര്യവും എടുത്തു ആക്രോശിക്കാൻ ഒരുങ്ങി...പക്ഷെ ശബ്ദം പുറത്തു വരുന്നില്ല... വീണ്ടും ആ കുഞ്ഞിൻറെ കരച്ചിൽ അദ്ദേഹം കേൾക്കാനിടയായി... തന്നെക്കാൾ എത്രയോ ചെറിയ ആ കുഞ്ഞിന്റെ കരച്ചിൽ ശബ്ദംപോലും തന്റെ ശബ്ദത്തേക്കാൾ ഉയരത്തിലാണെന്നോർത്തു അദ്ദേഹം തളർന്നിരുന്നു പോയി... തന്നേ ശല്യം ചെയ്യുന്ന ആ കുഞ്ഞിനെ വകവരുത്താനായി അദ്ദേഹം തന്റെ ഉടവാൾ എടുക്കാനൊരുങ്ങുന്നു...പക്ഷെ ഒരു പുൽക്കൊടി പോലും എടുക്കാനുള്ള ശക്തി തനിക്കില്ല എന്ന് അദ്ദേഹം മനസ്സിലാക്കുകയായിരുന്നു... എല്ലാം നേടി, പക്ഷെ തളർന്നു പോയിരിക്കുന്നു... മനസ്സ് പതിയേ അദ്ദേഹത്തെ തിരുത്തുന്നതുപോലെ തോന്നിപോയി...”നേടിയതുകൊണ്ട് നീ ഇത്രയും തളർന്നെങ്കിൽ, ഒന്നുമില്ലായ്മയെ കുറിച്ചാലോചിക്കേണ്ട സമയം അതിക്രമിച്ചിരിക്കുന്നു... ഈ ഭാരം കുറയുമല്ലോ...”

അങ്ങകലെ ഒരു ചെറിയ കുടിലിൽ നിന്ന് പുക ഉയരുന്നത് കണ്ട് അദ്ദേഹം വളരെ ശ്രമപ്പെട്ട് ആ കുടിലിൽ എത്തിച്ചേർന്നു... അവിടെ ഒരു വൃദ്ധ ഭക്ഷണം പാകം ചെയ്യുന്നത് കണ്ട അദ്ദേഹം, വളരെ താഴ്ന്ന ശബ്ദത്തിൽ ഭക്ഷണത്തിനു വേണ്ടി യാചിക്കുന്നു... എല്ലാമുള്ള ശുദ്ധ ദരിദ്രനായി മാറിയ നിമിഷം... പെട്ടന്ന് ആ ഉറക്കം നിർത്തി ഉണരാൻ അദ്ദേഹം ശ്രമിക്കുന്നു പക്ഷെ കഴിയുന്നില്ല...കൺപോളകൾ

ഒട്ടിച്ചേർന്നതുപോലെ... അദ്ദേഹം ഇതുപോലെ വിഷമിച്ച ഒരു സന്ദർഭം മുൻപ് ഉണ്ടായിട്ടില്ല... ആ വൃദ്ധ അദ്ദേഹത്തിന് കഴിക്കാനുള്ള ഭക്ഷണം നൽകുന്നു.. അദ്ദേഹം തന്റെ വിശപ്പകലും വരെ ഭക്ഷിച്ചുകൊണ്ടേയിരുന്നു... അവിടെ ഉണ്ടായിരുന്ന അവസാന തുള്ളിവെള്ളം വരെ അദ്ദേഹം കുടിച്ചു തീർത്തു, ക്ഷീണം അകറ്റി... അപ്പോഴാണ് അദ്ദേഹം തന്റെ മുന്നിൽ ഇരിക്കുന്ന വൃദ്ധയെ കുറിച്ചോർത്തത്... അവർ എല്ലാ ഭക്ഷണവും തനിക്കു നൽകി, അവർക്കായി ഒന്നും ഇനി ആ കുടിലിൽ ബാക്കിയില്ല...

ആരുടെ മുന്നിലും തലകുനിക്കാത്ത ആ മഹാരഥൻ, ആ അമ്മയുടെ സ്നേഹത്തിനും ത്യാഗത്തിനും മുന്നിൽ തലകുനിച്ചിരുന്നു... ആ അമ്മ അദ്ദേഹത്തോട് പറഞ്ഞു... "കണ്ടില്ലേ മകനെ, നീ നേടേണ്ടതായ പലതും ഇനിയും ഈ ഭൂമിയിൽ ബാക്കിയുണ്ട്, അതിൽ ചിലതാണ് നന്മ, ത്യാഗം, സ്നേഹം, സന്തോഷം എന്നുള്ളവ... ഇതൊന്നും നീ നേടിയിട്ടില്ല, അതുകൊണ്ട് ഇനിയാണ് നീ ശരിക്കും പലതും നേടിയെടുക്കേണ്ടത്, അതിൻറെ തുടക്കമായി നീ ഈ കൂടിക്കാഴ്ചയും മനസ്സിലാക്കിക്കൊള്ളുക..."

ആ കുടിലിൽ നിന്നും ഇറങ്ങി ചുറ്റും നോക്കിയപ്പോൾ, അദ്ദേഹത്തിന് ചുറ്റും പച്ചപ്പുള്ള പുൽമേടുകളും, ചുറ്റിലും ഓടിക്കളിക്കുന്ന മാൻ കൂട്ടങ്ങളും, തന്നെ ഭയപ്പെടാതെ പുഞ്ചിരിക്കുന്ന മനുഷ്യരുടെ മുഖങ്ങളും, സമൃദ്ധിയിൽ ഒഴുകുന്ന അരുവികളും കാണാൻ ഇടയായി... അദ്ദേഹത്തിന്റെ മനസ്സിലേക്കൊരു പുതിയ ജീവൻ കടന്നു വന്നതുപോലെ തോന്നിപ്പോയി... അതുവരെ ആ ഉറക്കത്തിൽ നിന്നേതുവിധേനയും ഒന്ന് എഴുന്നേൽക്കാനായാൽ എന്ന് ചിന്തിച്ച ആ മഹാ ചക്രവർത്തി സ്വസ്ഥമായയുള്ള ഈ കാഴ്ചകൾ അവസാനിക്കാതിരിക്കട്ടെ എന്ന് ചിന്തിച്ചു പോയി... നാളെ മുതൽ താൻ ഒന്നും വെട്ടിപ്പിടിക്കാനല്ല, മറിച്ച് ഈ സുന്ദര ഭൂമിയിൽ മനസ്സിലാക്കാതെപോയ അമൂല്യങ്ങളായ കാഴ്ചകളുടെ ലോകത്ത് സ്വസ്ഥമായ ഒരു യാത്ര തുടങ്ങേണ്ടിയിരിക്കുന്നു എന്ന വിശാല ചിന്തയിലേക്ക് അദ്ദേഹം എത്തിച്ചേർന്നിരുന്നു...

യാത്രയിൽ മനസ്സിൽ തോന്നിയതാണോ അതോ എവിടെ നിന്നെങ്കിലും മനസ്സിനെ സ്വാധീനിച്ചതാണോ എന്നറിയില്ല... വ്യത്യസ്തമായ ഓരോരോ കാഴ്ചകളല്ലേ, ഓർമ്മകളിൽ തങ്ങുന്നത്

ചിലത്... മറവിയിൽ മറയുന്നതാണ് കൂടുതലും...

രണ്ടു നേർത്ത നിശ്വാസങ്ങൾക്കിടയിലുള്ള ഈ ചെറിയ ജീവിതത്തിൽ ഒന്നും വെട്ടിപ്പിടിക്കാതെ പരസ്പ്പരം സ്നേഹിച്ചും, പരിഗണിച്ചും, മനുഷ്യത്വപൂർവ്വം സഹവർത്തിത്വത്തോടെ ജീവിച്ചുനോക്കൂ... വർണാഭമായ ഈ ലോകത്തെ സുന്ദരമായി കാണുവാനാകും...

2

ഓർമ്മയിലെ മധുരം

തിരക്കുപിടിച്ച പ്രവാസദിനങ്ങളിൽ ഒരവധി ദിവസം കുടുംബത്തോടൊപ്പം ഇരിക്കുന്ന സമയത്താണ് അവിചാരിതമായി സിറാജിന്റെ പാട്ടു കേൾക്കുന്നത്... പാട്ടിനെ അങ്ങേയറ്റം സ്നേഹിക്കുന്ന ഒരു നല്ല സ്നേഹിതൻ... സിറാജിനേയും അവന്റെ ജ്യേഷ്ഠന്മാരെയും കുറിച്ചോർക്കുമ്പോൾ എനിക്ക് അവരുടെ ഉപ്പ പോക്കർക്കയെ ഓർമ്മവരും... എന്തോ അദ്ദേഹത്തെ എനിക്ക് വലിയ കാര്യമായിരുന്നു... അതിനൊരു കാരണവും ഉണ്ടെന്നു കൂട്ടിക്കോളൂ...വഴിയേ പറയാം...

എന്നത്തേയും പോലെ ഓർമ്മകളിൽ ഉള്ള സഞ്ചാരങ്ങൾ ഇത്തവണയും കുട്ടിക്കാലത്തേക്കാണ്... അന്നൊക്കെ വൈകീട്ടുള്ള ചായ കിട്ടണമെങ്കിൽ ഉമ്മയ്ക്ക് ചായ തിളപ്പിക്കാൻ ഉണങ്ങിയ പ്ലാവില പെറുക്കിക്കൊടുക്കണം...ഇന്നുള്ളതുപോലെ ഗ്യാസടുപ്പൊന്നും അന്നില്ലല്ലോ... ഉള്ള വിറകെടുത്തു ചായ തിളപ്പിച്ചാൽ ചോറുണ്ടാക്കൽ നടക്കില്ല... ഇന്നുള്ളപോലുള്ള സൗകര്യങ്ങളൊന്നും അന്നുണ്ടായിരുന്നില്ല... പ്ലാവില പെറുക്കാനുള്ള കോൺട്രാക്ട് ഞങ്ങൾ കുട്ടികൾക്കായിരുന്നു... കുട്ടികൾ എന്ന് പറഞ്ഞാൽ എന്റെ മൂത്താപ്പാന്റെ കുട്ട്യോളും, ഞങ്ങളുടെ വല്ലിമ്മ (ആക്കുമ്മ)യും പിന്നെ ഞാനും ആയിരുന്നു അന്നത്തെ സ്ഥിരം കമ്മിറ്റി...

ഒരു ദിവസം ഞങ്ങൾക്ക്, പ്ലാവില പെറുക്കുന്നതിന്റെ ഇടയിൽ ഒരു അമ്പതു പൈസ മണ്ണിൽ നിന്ന് കിട്ടി... എനിക്കാണ് ആ ഭാഗ്യം ലഭിച്ചത്, അതുകൊണ്ട് കമ്മിറ്റിയിൽ അതിന്റെ ക്രയവിക്രയം ഞാൻ തന്നെ കൈകാര്യം ചെയ്യുവാൻ തീരുമാനമായി... ഞാനും, താജുവും കൂടി

അടുത്തുള്ള കടയിൽ പോയി സോപ്പ് മിട്ടായി (ഉള്ളതിൽ വച്ചു വലിയ സോപ്പ് കട്ടപോലെ കിട്ടിയിരുന്ന ഒരു തരം മിഠായി... സിംഹവാലൻ കുരങ്ങുപോലെ പാവം മിഠായി വംശനാശം സംഭവിച്ചെന്ന് തോന്നുന്നു...) വാങ്ങിക്കൊണ്ടു വന്നു... ഞങ്ങളുടെ പ്ലാവില കമ്മിറ്റി പ്രസിഡണ്ട് ആയ ആക്കുമ്മ ആർക്കും പരാധിയില്ലാത്ത രീതിയിൽ ആ മിഠായി പങ്കിട്ടു തന്നു... അന്നത്തെ കുട്ടികളൊക്കെ കുട്ടികളായിരുന്നു... അതുകൊണ്ട് വലിയ പരാതികളോ വൈഷമ്മ്യങ്ങളോ ഉണ്ടായിരുന്നില്ല... കാരണം ഇനി അഥവാ പരിഭവപ്പെട്ടാൽ കിട്ടിയതുകൂടി പോകും എന്നറിയാമായിരുന്നു, അതൊരു കുട്ടിക്കാലമായിരുന്നു – തിരികെ ലഭിക്കാത്ത ജീവിത ഭാഗ്യം...

അന്നത്തെ വീട് പോലും ഓർമ്മകളിൽ തെളിഞ്ഞു കിടക്കുന്നു... ചുവന്ന ചേടിമണ്ണ് ചവുട്ടിക്കുഴച്ചു തേച്ചു ചുമരുണ്ടാക്കി, മിനുസമുള്ള ഉരുളൻ കല്ലുകൊണ്ട് മിനുസ്സപ്പെടുത്തി അതിന്റെ മുകളിൽ വൈക്കോൽ കൊണ്ട് മേഞ്ഞ ചെറിയ വീട്... അതിൽ ഞാനും, ഉമ്മയും, മൂത്തുമ്മയും, ആക്കുമ്മയും പിന്നെ ഞങ്ങൾ നാല് കുട്ട്യോളും താമസിച്ചു പോന്നു... മൂത്താപ്പ മരം ഈർന്നതിന്റെ പൊടി ചാക്കിലാക്കി മുറ്റത്തിട്ടിരുന്നത് ഇപ്പോഴും ഓർക്കുന്നു... രണ്ടു വർഷം കൂടുമ്പോൾ പുര മേയ്യുന്ന ഏർപ്പാടുണ്ട്... രണ്ടു ദിവസ്സം എടുക്കും പഴയ വൈക്കോലിറക്കി, ഉത്തരവും, കഴുക്കോലും മാറ്റി മുറുക്കികെട്ടി പുതിയ വൈക്കോലിട്ടു നന്നായി ഭംഗിയാക്കും... ആദ്യ ദിവസം മുഴുവൻ മേഞ്ഞുതീരുന്നതിനു മുൻപ് ആകാശം നോക്കി നക്ഷത്രങ്ങൾ കണ്ടു കിടന്നതു ഇപ്പോഴും ഓർക്കുന്നു... ഇന്ന് പല വിനോദസഞ്ചാര കോട്ടേജ് ഹട്ടുകൾ കാണുമ്പോളും പെട്ടെന്നെനിക്ക് ഓർമ്മവരുന്നത് എന്റെ ആ പഴയ സുന്ദര ഭവനമാണ്...

ഭവനം സുന്ദരം

അന്നും ഉപ്പ ഗൾഫിലാണ്... ഉപ്പയെ ഒന്ന് കണ്ടുകിട്ടാൻ തന്നേ പ്രയാസമായിരുന്നു... പിന്നീട് വലുതായപ്പോൾ മനസ്സിലായി ഞങ്ങൾക്ക് വേണ്ടിയാണ് ഉപ്പ ഇത്രയും ദൂരെ ജോലിയ്ക്ക് പോയിരുന്നതെന്ന്... വലിയ കുടുംബത്തിന്റെ ഏക വരുമാന സ്രോതസ്സും ഉപ്പയായിരുന്നു... ലീവിന് വരുമ്പോൾ എനിക്കായി കളിപ്പാട്ടങ്ങൾ കൊണ്ടുവന്നിരുന്നതും ഓർമ്മയിൽ മായാതെ തെളിഞ്ഞു നിൽക്കുന്നു...

ഇനി മധുരത്തിലേക്കു കടക്കാം... നമ്മൾ തുടക്കത്തിൽ പറഞ്ഞ പോക്കർക്ക... വലിയ വയറും, കട്ടി മീശയും, ഒത്ത തടിയും, വെള്ള മുണ്ടും ഷർട്ടും ആയിരുന്നു അദ്ദേഹത്തിന്റെ പതിവ് വേഷം... നിത്യവും പള്ളിയിലേക്ക് പോകുമ്പോളാണ് പോക്കർക്കയെ കണ്ടിരുന്നത്... മക്കൾ തെറ്റ് ചെയ്താൽ അരയിലെ ബെൽറ്റൂരി മൂപ്പര് അടിക്കൂത്രെ... സിറാജിനും, ബാവക്കും കുറേ കിട്ടിയിട്ടുണ്ടെന്നാണ് ചരിത്രം പറയുന്നത്... വീടിന്റെ ഉമ്മറത്തിണ്ണയിൽ ഇരുന്നാൽ കാണാം അദ്ദേഹം പോയിരുന്നത്, നല്ല അത്തറിന്റെ മണമായിരുന്നു... കണ്ണൊന്നടച്ചാൽ ഇന്നും തെളിഞ്ഞു ഓർമ്മയിൽ ആ സുഗന്ധം നിലനിൽക്കുന്നു... ഒരു ദിവസ്സം അദ്ദേഹം പള്ളി കഴിഞ്ഞു മടക്കം

വരുമ്പോൾ ഒരു പൊതി ആക്കുമ്മയുടെ കയ്യിൽ കൊടുത്തു...

അകത്തിരുന്ന ഞാൻ മണം പിടിച്ചു ഉമ്മറത്തെത്തിയപ്പോൾ ആക്കുമ്മ പൊതി തുറന്നു... എൻറെ കണ്ണ് തള്ളിപ്പോയി... 8 പഴംപൊരികൾ, എല്ലാ തവണയും ഒരു കഷ്ണം മാത്രം കിട്ടിയിരുന്ന ഞങ്ങൾ കുട്ടി പട്ടാളങ്ങൾക്ക്, ആളൊന്നുക്ക് ഒരു മുഴുവൻ പഴംപൊരി വീതം... പങ്കിനേ കുറിച്ചോർത്ത് എൻറെ കണ്ണ് ഒന്നുകൂടി തള്ളി... ഞാൻ അത് വാങ്ങി ഒരു മുക്കിലിരുന്നു നന്നായി ആസ്വദിച്ചു കഴിച്ചു... മെല്ലെ മെല്ലെ തിന്നു കാരണം വേഗം തിന്നാൽ പെട്ടന്ന് തീർന്നുപോവില്ലേ...

എന്താ മധുരം...

എഴുതുമ്പോൾ തന്നെ വായിൽ വെള്ളം വരുന്നു... അപ്പോ വായിക്കുന്ന നിങ്ങളുടെ കാര്യം പറയണോ! ആ മധുരം ഇന്നും ഒരത്ഭുധമാണ്, ഇപ്പോഴും അത് ആലോചിക്കുമ്പോൾ ആ മധുരം നൽകിയ ആക്കുമ്മയെയും, മാണിക്കുട്ട്യാക്കാൻറെ പീടികയിൽ നിന്ന് അവ കൊണ്ടുതന്ന പോക്കർക്കയെയും സ്മരിക്കുന്നു...

മറക്കാനാകാത്ത തെളിമയുള്ള ഒരു മധുരമുള്ള സ്മരണ...

3

കാഴ്ചക്കൊാരുപ്പേരി

വർഷത്തിലൊരിക്കലുള്ള ഒരവധിക്കാലത്ത് നിറയേ ഉപ്പേരികൾ കൂട്ടാൻ ഒരു തരംകിട്ടി... പലതരം ഉപ്പേരികൾ; കായവറുത്തതും, ശർക്കരയുപ്പേരിയും, മെഴുക്കുപുരട്ടിയും, പച്ചപ്പയറുപ്പേരിയും അങ്ങിനെ ഒരു സദ്യയിലേക്കു വേണ്ട അത്രയും ഉപ്പേരികൾ... ഉപ്പേരികളെ പറ്റി ഓർത്തപ്പോഴാണ് ഒരു യാത്രയിൽ ഒരച്ഛൻ മകൾക്ക് ചോറ് വാരിക്കൊടുക്കുന്ന ചിത്രം ഓർമ്മയിൽ വന്നത്...

യാത്രയിലൊരിക്കൽ ബസ് കാത്തുനിൽക്കുമ്പോൾ, ഒരച്ഛൻ തൻറെ കുഞ്ഞുമകൾക്ക് ചോറു വാരി കൊടുക്കുന്നത് ശ്രദ്ധയിൽപെട്ടു... ബസ് സ്റ്റോപ്പിൻറെ ഇറയത്ത്, കയ്യിലെ വള്ളിപ്പാത്രത്തിൽ നിന്ന് ഭിക്ഷയായികിട്ടിയ ചോറ് മകൾക്കു വാരിക്കൊടുക്കുന്ന ഒരച്ഛൻ... വെറും ചോറിൽ ലേശം ഉപ്പിട്ട്, നിലത്തുവിരിച്ച ഏതോ പഴയ പാചക പുസ്തകത്തിലെ ചിത്രങ്ങൾ ഓരോന്ന് കാണിച്ചുകൊടുത്ത് ഒരു ഊട്ട്... മറ്റൊന്നിലും ശ്രദ്ധിക്കാതെ ആ കുട്ടി തൻറെ മുന്നിലുള്ള ആ പുസ്തകത്തിലെ ഓരോ വിഭവങ്ങളിലൂടെയും കണ്ണോടിച്ച് അച്ഛൻ തരുന്ന ഓരോ ഉരുളയും ഇഷ്ടത്തോടെ കഴിക്കുന്നു... കാഴ്ചയിലുള്ള വിഭവങ്ങൾ നോക്കി ഒരു സദ്യ കഴിക്കുന്ന പ്രതീതിയാണ് ആ കുരുന്നിന്.

സാപ്പിട് ചെല്ലം... ശീഗ്രഘമാ സാപ്പിട്...

എല്ലാമുണ്ടായിട്ടും പോരായ്ക തോന്നുന്ന ഒരു സമൂഹവും, മക്കളെ ഊട്ടിക്കഴിഞ്ഞാൽ പട്ടിണി കിടക്കേണ്ടിവരുന്ന അച്ഛനമ്മമാർ ഉള്ള മറ്റൊരു സമൂഹവും. എല്ലാത്തിലും സ്വയംപര്യാപ്തതയും, സമത്വവാദവും പ്രഘോഷിക്കുന്ന അഭ്യസ്തവിദ്യരായ സമൂഹം ഈ പട്ടിണിയേ കണ്ടില്ലെന്നു നടിക്കുന്നു. എല്ലാവർക്കും പല നിറത്തിലുള്ള കാർഡുകളും, വോട്ടടിസ്ഥാനമാക്കിയുള്ള ആനുകൂല്യ പ്രഖ്യാപനങ്ങളും വിളമ്പുമ്പോൾ, ഇതൊന്നും എത്താത്ത ഒരു സമൂഹവും നമുക്കിടയിലുണ്ടെന്ന് മനസ്സിലാകുന്നു... അവരും മനുഷ്യരാണ്, അവരുടെയെല്ലാം ചിഹ്നം ഒന്നുമാത്രം 'വിശപ്പ്'...

ഇതുകൊണ്ടൊന്നും സമൂഹം നന്നാവില്ലെന്നു ചിന്തിക്കുന്നവർ വിശപ്പിൻറെ വിലയൊന്ന് മനസ്സിലാക്കാൻ ശ്രമിച്ചുനോക്കൂ... വിശപ്പകലുമ്പോഴുള്ള സന്തോഷം നിറഞ്ഞ പുഞ്ചിരി നിങ്ങൾക്ക് എപ്പോഴെങ്കിലും കാണാനായാൽ മാറ്റം അവിടെനിന്നും തുടങ്ങും...

ഒരു കൈക്കുമ്പിൾ മനുഷ്യത്വം മാത്രം മതി, നല്ല മാറ്റങ്ങൾ സമൂഹത്തിലുണ്ടാക്കാൻ...

എല്ലാമുണ്ടായിട്ടും ഭക്ഷണത്തിലെ കുറ്റവും കുറവും കണ്ടെത്തുന്ന നമ്മളിൽ പലർക്കും ഒരു നല്ല മാറ്റം അവരവരിൽ കൊണ്ടുവരാൻ

സാധിക്കട്ടെ... മുൻപൊരിക്കൽ ഒരു യാത്രയിൽ ട്രെയിൻ കാത്തിരിക്കുമ്പോൾ ഒരു സുഹൃത്തെന്നോടു ചോദിച്ചതോർക്കുന്നു...

"ഭക്ഷണം കൊടുക്കുന്നതൊക്കെ നല്ലതുതന്നെ; പക്ഷെ ഇപ്പൊ അങ്ങിനെ ആരും പട്ടിണി കിടക്കുന്നില്ലട്ടോ".

ഇതൊരു പൊതുധാരണയാണ്, സൗകര്യപൂർവ്വമുള്ള, അവനവന്റെ മനസ്സിനെ സമാധാനിപ്പിക്കാനുള്ള തെറ്റിധാരണ... നമ്മുടെ ശരീരത്തിൽ വിശപ്പകലുമ്പോൾ നാം വളരെ എളുപ്പം കണ്ടെത്തുന്ന ഒരു ഉത്തരം. വിശക്കുന്നവർ ഉണ്ടായിരുന്നെങ്കിൽ നമ്മൾ അവർക്കും ഒരു പങ്കുകൊടുത്തേനേ, പക്ഷെ വിശക്കുന്നവരെ ആരെയും കണ്ടില്ല...കാഴ്ച്ചമങ്ങിപ്പോകുന്ന കാപട്യം മാത്രമാണിത്...

ആ യാത്രയിൽ, ട്രെയിൻ വരുന്നതിന് മുൻപ്... റെയിൽവേ സ്റ്റേഷൻ ക്യാന്റീനിൽനിന്ന് ഒരു പൊതിച്ചോറ് വാങ്ങി ഞങ്ങൾക്കടുത്ത് ബെഞ്ചിൽ കിടന്നിരുന്ന ഒരാളെ ഉണർത്തി അത് നൽകി... ആ മനുഷ്യൻ ആർത്തിയോടെ ആ ഭക്ഷണം കഴിക്കുന്നത് കണ്ടപ്പോൾ അദ്ദേഹത്തിനും മനസ്സിലായി നമ്മുടെ തൊട്ടടുത്ത് തന്നെ പട്ടിണി എന്ന അവസ്ഥ നിലകൊള്ളുന്നു എന്ന സത്യം...

നമ്മൾ ആരേ യും ആശ്രയിക്കേണ്ട... നന്മകളുടെ വലുപ്പച്ചെറുപ്പം നോക്കാതെ നന്മ ചെയ്തു നോക്കൂ... ഈ ജീവിതം നമുക്ക് കുറച്ചുകൂടി സുന്ദരമായി തോന്നും... ലോകം മുഴുവനായില്ലെങ്കിലും, നമ്മുടെ കാലടികൾ ഈ വിശാലമായ ഭൂമിയിൽ പതിയുന്നിടത്തെങ്കിലും മാറ്റങ്ങൾ കൊണ്ടുവരാം...

നടന്നു തുടങ്ങാം...നന്മയുടെ പ്രകാശം നിങ്ങൾക്ക് വഴികാട്ടിയായിട്ടുണ്ടാകുമെന്ന ഉറച്ച വിശ്വാസത്തോടെ...

4

സമയമില്ല!

പതിവുപോലെ മറ്റൊരു ലോക പരിസ്ഥിതി ദിനം...

മുത്തശ്ശൻ പേരക്കുട്ടിയായ കുട്ടുവിനോട് പറഞ്ഞു "മോനേ, ഇന്ന് ലോക പരിസ്ഥിതി ദിനമല്ലേ, മുറ്റത്തേയ്ക്ക് വാ നമുക്കൊരു ഒരു ചെടി നടാം...".

"പിന്നേ, ഈ ഒരു ദിവസം മരം നട്ടാൽ ലോകം നന്നാവൂലോ!" കുട്ടു പിറുപിറുത്ത് അകത്തേയ്ക്ക് പോയി...

അല്പം വേദനയോടെ ഇത് ശ്രവിച്ച മുത്തശ്ശൻ, മൊബൈലിൽ കണ്ണും നട്ടിരിക്കുന്ന അവനോട് പറഞ്ഞു:

"ഏതൊരു കാര്യത്തിനും തുടക്കം ഒന്നിൽ നിന്നാണ് കുഞ്ഞാ, പരിസ്ഥിതിയെ സ്നേഹിക്കാനുള്ള ശ്രമങ്ങൾ നമ്മുടെ ഭാഗത്തുനിന്നും തുടങ്ങണം എന്ന ഓർമ്മപ്പെടുത്തലാണ് ജൂൺ 5-ന് ലോക പരിസ്ഥിതി ദിനത്തിലൂടെ ഉദ്ദേശിക്കുന്നത്...".

ഇതുകേട്ട കുട്ടു മൊബൈലിൽ നിന്നും കണ്ണെടുക്കാതെ അപ്പൂപ്പനോട് മറുപടിയായി പറഞ്ഞു, "നമ്മൾ ഒരാൾ വിചാരിച്ചാലൊന്നും ലോകം നന്നാവില്ല മുത്തശ്ശാ... മാത്രല്ല എനിക്കാണെങ്കിൽ ടൈമില്ല, മുത്തശ്ശൻ ഒന്ന് പോയേ!".

തത്സമയം കുട്ടുമോൻ അപ്പൂപ്പനോട് തർക്കുത്തരം പറയുന്ന കുസൃതിരംഗം മൊബൈലിൽ പകർത്തി കൂട്ടുന്റെ അമ്മ സമൂഹമാധ്യമത്തിലിട്ട് വറുത്ത് പൊടിച്ച് പങ്കുവച്ച് കയ്യടിയും, ചിരിമൊട്ടയും വാരിക്കൂട്ടി...

എന്നാൽ തന്റെ കൊച്ചുമക്കൾക്ക് വലിയ പാഠങ്ങൾ പകർന്നു കൊടുക്കാമെന്ന ആഗ്രഹം മനസ്സിലൊതുക്കി ഉള്ളിലെ വിഷമം

പുറത്തുകാണിക്കാനാകാതെ കയ്യിൽ കരുതിയ ആ രണ്ടു കുഞ്ഞു തൈകളുമായി ആ വൃദ്ധൻ തൊടിയിലേക്കിറങ്ങി... അവ നടുമ്പോൾ ആ മനസ്സ് ഇങ്ങിനെ കരുതുന്നുണ്ടാകാം...

"ഈ തണൽ എനിക്ക് മാത്രമുള്ളതല്ല...
നിനക്കുക്കൂടി വേണ്ടിയാണ് പൈതലേ...
നിനക്ക് തണലേകും ഈ മരങ്ങളെ...
നീ കരുതീടുക, ഭൂമി നമുക്ക് ഒന്ന് മാത്രം...
ഭൂമി നമുക്ക് ഒന്ന് മാത്രം, സത്യം..."

കയ്യിലിരുന്ന ചെടികൾ ആ മണ്ണിൽ നട്ടശേഷം ആദ്യ നനയേകുംപോലെ ആ കണ്ണുകളിൽ നിന്നും ഊർന്നുവീണ കണ്ണീർ തുള്ളികൾ ആ മണ്ണിനേ കുതിർത്തു... ഒരുപക്ഷേ മുന്നോട്ടുള്ള തലമുറകൾ എല്ലാം അവഗണിക്കുന്ന കൂട്ടത്തിൽ പ്രകൃതിയേയും അവഗണിക്കുന്നതിലുള്ള വേദനായിരിക്കാം ആ കണ്ണീരും പറയാതെ പറയുന്നത്...

5

ദിവംഗതപട്ടം

എന്നത്തേയും പോലെ അന്നും കൊയ്തപ്പറമ്പ് പഞ്ചായത്തിൽ പ്രഭാതം പൊട്ടിവിടർന്നു... വയലേലക്കിളികൾ തോട്ടുംവക്കത്തെത്തി തമ്മിൽ തമ്മിൽ മിണ്ടിപ്പറഞ്ഞു അന്നത്തേ കാര്യങ്ങളിലേയ്ക്ക് പറന്നകന്നു... നാണ്ണേട്ടന്റെ കടയിലെ സമോവറിന്റെ ശബ്ദംകേട്ട് കറുത്തനിറത്തിൽ വെള്ളപ്പുള്ളിള്ള കണ്ടൻപൂച്ച സ്ഥിരം മൂപ്പർക്ക് റേഷനായി അനുവദിച്ച ഒരു പിഞ്ഞാണം പാലിൻവെള്ളത്തിനായി നാരായണവിലാസം ചായക്കടയുടെ തിണ്ണയിൽ ഹാജരായി... പുലരുമ്പോൾ തന്നെ ചായക്കൊപ്പം വാർത്തകളൊപ്പിത്തിന്ന് കൊയ്തപ്പറമ്പ് പഞ്ചായത്തിലെ ത്രസിപ്പിക്കുന്ന യുവത്വം കണ്ടത്രപ്പടിക്കൽ ബാവുട്ടിയും പത്രവുമായി ഹാജർ...

"നാണോ, നമ്മടെ പതിവ് പോന്നോട്ടേ... ആ ആ... ബാവൂട്ട്യേ ഇന്നെന്താണ്ടോ പത്രത്തില് വിശേഷിച്ച് !..."

കടയിലേക്ക് കയറിവന്ന ബീരാൻകുട്ടി മാഷ് ചോദിച്ചു...

"മ്മടെ കൈതപ്പ്ളാമടയില് ഭഗീരഥനാശാൻ ദിവംഗതനായീത്രേ... പത്രത്തിലിണ്ട്... എന്തായാലും എന്തോ വലിയ സ്ഥാനാണ്... അല്ലാ!... മൂപ്പർക്ക് അയിനില്ള്ള യോഗ്യതണ്ട്, അല്പം വൈകീട്ടാണെങ്കിലും മൂപ്പർക്ക് ഇതുപോലെ ഒരു പട്ടം കിട്ടീലോ, സന്തോഷം, ദാ ആശാന്റെ വലിയൊരു ഫോട്ടോയും കൊടുത്തിണ്ട്... കണ്ടില്ലേ..."

"പട്ടോ! എന്ത് പോക്രിത്തരാ ബാവോ നീ പറയണേ... ദിവംഗതനായീച്ചാ മരിച്ചുപോയെന്നാ അർത്ഥം, തലക്കെട്ട് മാത്രം വായിച്ച് ഓൻറെ ഓരോരോ കണ്ടെത്തലോളേയ്..."

മാഷല്പം കടുപ്പിച്ചന്നേ തിരുത്തി...

"ഹോ! ഇതിനങ്ങിനേം ഇപ്പൊ അർത്ഥണ്ടോ... ചിലപ്പൊ കാണും ഈ മലയാളൊക്കെ എന്ന് പഠിച്ചതാ മാറ്റം വന്നുകാണും, അല്ലാ മാറ്റമില്ലാത്തത് മാറ്റം മാത്രമെന്നാണല്ലോ... എന്തായാലും ആശാന്റെ അവിടൊന്നു പോയിവരാം... ഒന്നൂല്ലേലും നമ്മളൊരു നാട്ടാരല്ലേ..."

ഇതുംപറഞ്ഞു മുഖത്തെ ചമ്മൽ കണ്ട് കണ്ണിറുക്കിയ കണ്ടൻപൂച്ചയെ കണ്ണുരുട്ടി പേടിപ്പിച്ച് ബാവുട്ടി സ്ഥലം കാലിയാക്കി...

6

ചെറ്യേ സംശ്യം

"സുലോചനൻ.സീ.പി...

സുശീല പ്രസവിച്ചു... പെൺകുഞ്ഞാ..."

"ലേബർ റൂമിന്റെ വാതിൽ പാതി തുറന്ന് തലപുറത്തേക്കിട്ട് സിസ്റ്റർ ഉറക്കേ വിളിച്ചുപറഞ്ഞത് കേട്ട് ആശുപത്രിക്കസേരയിൽ എന്തൊക്കെയോ ആലോചിച്ച് അന്തം വിട്ടിരുന്നിരുന്ന സുലോചനൻ ഞെട്ടി എണീറ്റ് പണ്ടത്തെ സ്കൂൾ ഓർമ്മയിൽ 'പ്രസന്റ് ടീച്ചർ' എന്ന് അറിയാതെ പറഞ്ഞുപോയി... പിന്നീട് പതിയേ ബോധത്തിലേക്കുണർന്ന സുലോചനൻ സന്തോഷത്തോടെ മുണ്ടിന്റെ കരകൊണ്ട് കണ്ണുകളോപ്പി വേഗം എഴുന്നേറ്റ് ലേബർ റൂമിന്റെ വാതിൽക്കലെത്തി...

"എവിടേക്കാ തള്ളിക്കേറണേ അവിടിരുന്നാൽ മതി കുഞ്ഞിനേം അമ്മേം അങ്ങോട്ട് കൊണ്ടുവരും അപ്പോ കണ്ടാ മതി..."

"ഏഹ്! അപ്പോ ഈ സിനിമേലൊക്കെ കാണണ പോലെ കുട്ടിയേ അച്ഛന്റെ കയ്യിൽക്കൊണ്ടന്ന് തരില്ലേ?... അച്ചുതൻമാഷ് അങ്ങിനാണല്ലോ പറഞ്ഞേ... മാഷ്ക്ക് തെറ്റാൻ വഴിയില്ലല്ലോ!..."

"ആ... സിനിമേലങ്ങിനെ പലതും കണ്ടിണ്ടാവും... അച്യുതൻമാഷല്ല ഇവിടുത്തെ കാര്യങ്ങൾ തിരുമാനിക്കണേ... ഇവിടിപ്പോ എന്താ പറയണോച്ചാ അതങ്ങട് ചെയ്യാ..." സിസ്റ്റർ ഒരു നിമിഷത്തേക്ക് സിനിമേല് മിസ്റ്റർ നീലകണ്ഠൻ പറയുന്ന രീതിയോടെ സ്വരം കടുപ്പിച്ചു... ശേഷം കതകടച്ച് ഉള്ളിലേയ്ക്ക് പോയി...

"എന്നാലും എന്റെ കുട്ടീ!..."

സുലോചനൻ അക്ഷമനായി ആ കസേരയിൽ ലേബർ കവാടത്തിലേക്ക് നോക്കി പ്രതീക്ഷയോടെ ഇരുപ്പില്ലാ ഇരുപ്പിലിരുന്നു...

"അതേയ്... അച്ഛന്മാരൊക്കെ ആ മുറിയിലേയ്ക്ക് വന്നോളോ... കുട്ട്യോളേ കാണാട്ടാ..."

മറ്റൊരു കവാടം തുറന്ന് വേറൊരു നേഴ്സ് ഉറക്കേ വിളിച്ചുപറഞ്ഞു...

"ഏഹ്! അച്ഛന്മാരോ! വേണ്ടാ... ചോദിക്കണ്ടാ ഇവിടുത്തെ രീതിയെങ്ങിനാച്ചാ അങ്ങിനെതന്നെ നടക്കട്ടെ... കാലൊക്കെ മാറിപ്പോയടോ സുലോചനാ... ഇനി അത് ചോദിച്ച് അവർക്കൊരു മുഷിച്ചില് വരുത്തണ്ട..." വയസ്സിശ്ശിയായ നമ്മുടെ നീലകണ്ഠനേ പോലെ സുലോചനന്റെ മനസ്സ് മൂപ്പരേ പറഞ്ഞു സമാധാനിപ്പിച്ചു..."

"അച്യുതൻ പോക്കളാംക്കുണ്ടിൽ... ദാട്ടാ... ആ ട്രേ നമ്പർ 14 നോക്കിക്കോട്ടാ... തൊടരുത്... ബെന്നിക്കുട്ടി... ബെന്നിക്കുട്ടി... ആ... ട്രേ നമ്പർ 10 നോക്കിക്കോ മാറല്ലേട്ടാ... സുലോചനൻ സീ പി... ട്രേ നമ്പർ 2 നോക്കിക്കോളോട്ടാ... സിസ്റ്ററേ... അപ്പൊ ഇതേതാ ഈ കുട്ടി?... ട്രേ നമ്പർ 4 !..."

"അതിപ്പോ ഏതാ ഈ ട്രേ നമ്പർ 4 ?"

സിസ്റ്റർ കടലാസ്സിൽ എന്തോ കളഞ്ഞുപോയത് തിരയുംപോലെ തിരിച്ചും മറിച്ചും പരതിത്തുടങ്ങി...

"നീ ലിസ്റ്റ് ശരിക്ക് നോക്ക്യേ... ആ... ദേ കെടക്കുണൂ... ട്രേ നമ്പർ 4... പോക്ക്റാമൻസിലിൽ കുഞ്ഞാപ്പൂ... സിസ്റ്ററെവിടെ നോക്കീട്ടാ ലിസ്റ്റ് വായിക്കണേ?...എപ്പോ നോക്ക്യാലും ഒരു ഫോണിൻമേ കളി..."

ഹെഡ് സിസ്റ്റർ കുട്ടി സിസ്റ്ററെ ശകാരിച്ചു...

ആ വാതിൽപ്പടിയിൽ പോക്ക്റാമൻസിലിൽ കുഞ്ഞാപ്പൂ തന്റെ കുട്ടിയെ കിട്ടിയ സന്തോഷത്തിൽ സന്തോഷാശ്രു പൊഴിച്ചു...

"അതേ കണ്ണ്... അതേ മൂക്ക്! അല്ലേ ചേട്ടാ?..."

സിസ്റ്റർ, സുലോചനന്റെ അരികിൽ വന്ന് സ്നേഹത്തോടെ കുശലം പറഞ്ഞു..."ഉം..." സുലോചനന്റെ കണ്ണുകൾ സന്തോഷം കൊണ്ട് നിറഞ്ഞു, കുഞ്ഞിന്റെ മുഖത്തുനിന്നും കണ്ണെടുക്കാതെ അതേ എന്ന് മൂളി...

"ഹാവൂ... അപ്പോ ട്രേ മാറിപ്പോയിട്ടില്ല... ചെറ്യേ സംശ്യുണ്ടാർന്നൂ
തിരക്കിൽ മാറിപ്പോയെന്ന്... ചേട്ടന്റെ ഭാഗ്യം, ഇന്നൊരുപാട്
ഡെലിവറി ഇണ്ടാർന്നേയ്..."

സിസ്റ്റർ മൊബൈലിൽ കുത്തിക്കൊണ്ട് സുലോചനന്റെ അരികിൽ
നിന്ന് പറഞ്ഞു...

"ചെറ്യേ സംശ്യോ! ഇതെന്താ പാർസലാണോ മാറിപ്പോവാൻ..."
കുഞ്ഞിന്റെ മുഖത്തിന്ന് കണ്ണെടുക്കാതെ സുലോചനൻ
ആലോചിച്ച് അന്തംവിട്ടങ്ങിനെ നിന്നു...

7

രഹസ്യമൂലി

"പൊണ്ണത്തടിയോട് വിടപറയൂ... അതും വെറും രണ്ടു ദിവസംകൊണ്ട്... അതീവ രഹസ്യ ഒറ്റമൂലി, വീഡിയോ മിസ് ചെയ്യാതെ കാണുക."

"രണ്ടൂസംകൊണ്ടോ! അത് കൊള്ളാം, എന്തായാലും കണ്ടുനോക്കാം, വയറൊക്കെ ബലൂൺപോലായി, തടികുറയ്ക്കണം..."

ചാരുകസേരയിൽ കിടന്നകിടപ്പിൽ തന്റെ കുമ്പയ്ക്ക് രണ്ട് തട്ട് കൊടുത്ത് പപ്പടക്കാമൂട്ടിൽ പവി, ഇതിനോടകം 2 ലക്ഷംപേർ വീക്ഷിച്ച ആ വൈറൽ വിഡിയോയിൽ ക്ലിക്ക് ചെയ്തു...

"എല്ലാ കൂട്ടുകാർക്കും 'ഉദരനിമിത്തം ഗോൺസാൽവസ്' എന്ന പംക്തിയിലേയ്ക്ക് സ്വാഗതം... നമ്മുടെ മുത്തശ്ശിമാർവരേ മറന്നുപോയ, അല്ലെങ്കിൽ കാലം അതിന്റെ പ്രഹേളികയിൽ മറച്ചുവച്ച ഒരു രഹസ്യക്കൂട്ടാണ് ഇന്ന് നിങ്ങളുടെ പ്രിയപ്പെട്ട ഗോൺസാൽവസ് ഇവിടെ അവതരിപ്പിക്കുന്നത്... എല്ലാരും ഇത് സ്കിപ്പ് ചെയ്യാതെ മുഴുവനും കാണണം..."

"നാട്ടിൽ അങ്ങാടിക്കടകളിൽ പോയി അത് മേടിക്കൂ, ഇത് അരച്ചുപുരട്ടൂ എന്നൊന്നും നിങ്ങളുടെ പ്രിയപ്പെട്ട ഈ ഗോൺസാൽവസ് പറയില്ല ഗയ്സ്, കാരണം അതെല്ലാം നടപടിയാവാത്ത കാര്യങ്ങളാണ്... നമുക്ക് ഈ ഒറ്റമൂലിയുണ്ടാക്കാൻ വെറും രണ്ടേ രണ്ട് ചേരുവകൾ മതിയാകും... ഒന്ന് നമ്മുടെ തൊടിയിലെല്ലാം കണ്ടുവരുന്ന ഗർദ്ദമർദോഗരി കിഴങ്ങിന്റെ തൊലി ചെരണ്ടിയത് ഒരു കൈപ്പിടി... പിന്നെ 1683 ദിവസം പഴക്കം ചെന്ന ഉപ്പിലിട്ട വാളൻപുളി, അത് വീടിന്റെ അട്ടത്ത് ഉയരത്തിൽ ഉറിയിൽ

കെട്ടിവച്ചതായിരിക്കണം... എന്നും അതിന്റെ മൂടി തുറന്ന്, നനവില്ലാത്ത കരണ്ടികൊണ്ട് ഒന്നിളക്കി വീണ്ടും കാറ്റുകയറാതെ അടച്ചുവയ്ച്ചതായിരിക്കണം... ഇത് രണ്ടും സമംചേർത്ത് ഭക്ഷണശേഷം രണ്ടു ദിവസം കഴിച്ചാൽ എത്ര വലിയ പൊണ്ണത്തടിയും മാറിക്കിട്ടും..."

"പിന്നെ ഒരുകാര്യം പ്രത്യേകം ശ്രദ്ധിക്കണേ, വാളൻപുളിയുടെ പാകം ഒരു ദിവസം കുറഞ്ഞാലോ കൂടിയാലോ ഈ മൂലി വർക്ക് ആവത്തില്ല ഗയ്സ്... കണ്ടില്ലേ എനിക്ക് ഇത് വർക്ക് ആയില്ല, പക്ഷെ വർക്കായോരുണ്ടെന്നാണ് പണ്ടത്തേ അമ്മൂമ്മമാരൊക്കെ പറയുന്നത്..."

വലിയ കുമ്പകുലുക്കി തൊഴുകൈയ്യോടെ പ്രിയപ്പെട്ട ഗോൺസാൽവസ് തന്റെ വീഡിയോ ലൈക് ചെയ്ത് ഈ രഹസ്യ മൂലിയുടെ വിവരംകെട്ട വിവരം നാട്ടാർക്ക് ഷെയർ ചെയ്യാൻ പവിയോടും കാണികളോടും കെഞ്ചി...

"എന്ത് കുന്താ ഈ ഗർദ്ദമർദ്ദോഗരി!, ഓന്റെരു ഒലക്കേമേല്ത്തെ ഒറ്റമൂലി, വെറുതേ മനുഷ്യരേ പറ്റിക്കാൻ..."

കയ്യിലിരുന്ന അച്ചപ്പം വായിലേക്കിട്ട് പപ്പടക്കാമൂട്ടിൽ പവി ചവച്ചരച്ച് തിന്നുന്നതിനിടയിൽ ഭാര്യ പരിമളം അടുക്കളേന്ന് ഓടിവന്ന് പറഞ്ഞു...

"നോക്ക് പവിയേട്ടാ നമുക്ക് തടികുറയ്ക്കാൻ ഒരു സൂപ്പർ റെസീപ്പി കിട്ടി... പറമ്പിൽ പോയി ഗർദ്ദമർദോഗരി കിഴങ്ങുണ്ടോന്ന് ഒന്ന് നോക്ക്യേ വേഗം... രണ്ടൂസം കൊണ്ട് നല്ല സ്ലിം ബ്യൂട്ടി ആവാത്രേ, വേം എണീക്കവ്ട്ന്ന് ..."

നാലരക്കൊല്ലം ദിവസവും പെരപ്പുറത്ത് കയറി ഉറിയിലിരിക്കണ വാളൻപുളി ഇളക്കി ഇറങ്ങേണ്ട കാര്യം പരിമളം കേട്ടിട്ടില്ല... വീഡിയോ പകുതിയേ കണ്ടുകാണൂ പാവം...

പവി സഹതാപത്തോടെ പരിമളത്തേ നോക്കി നെടുവീർപ്പിട്ട് ഒരു കഷ്ണം അച്ചപ്പം അവൾക്കും കൊടുത്ത് തല്ക്കാലം എളുപ്പള്ള പണിയിതാണെന്ന മട്ടിൽ അവിടെത്തന്നെ കിടന്നു...

8

പ്രതിബിംബം

"മുത്തശ്ശീ ഒരു വരിയിൽ ഒരു കഥ പറഞ്ഞരോ? ടീച്ചർ എഴുതിക്കൊണ്ടോരാൻ പറഞ്ഞതാന്നേയ് മറന്നുപോയി... വേഗം വേഗം... ക്വിക്ക്...ക്വിക്ക്..."

കാലത്ത് യൂണിഫോമും ബാഗും ഒക്കെ എടുത്ത് കുഞ്ഞു മുത്തശ്ശിടെ അടുത്തോടിവന്നിരുന്നു... വേഗം പുസ്തകവും പെൻസിലും എടുത്ത് കുഞ്ഞു മുത്തശ്ശിയോട് ഓർഡറിട്ടു...

കുഞ്ഞൂന്റെ പരവേശം കണ്ട് മുത്തശ്ശി പൊടുന്നനെ ഒരു കഥ ഉണ്ടാക്കിപ്പറയാൻ തുടങ്ങി

"ഒരിടത്തൊരിടത്ത് നിറയെ കഥകൾ പറയുന്ന ഒരു മരത്തിലേയ്ക്ക് കഥകൾ കേൾക്കാൻ സമയമില്ലാത്ത കുറേ ദേശാടനക്കിളികൾ വന്നു കൂടുകൂട്ടുകയും, കഥകൾ പറയാൻ ഇഷ്ടമുള്ള ആ കഥമരം കലപിലകൂട്ടുന്ന കിളികൾക്കരികിൽ കഥകൾ ചൊല്ലാതെ മൗനത്തിലാണ്ട് വിഷമിച്ചിരിക്കുന്നത് അതുവഴി വന്ന കാറ്റ് തിരിച്ചറിയുകയും, ഇലകളിൽ തഴുകിവീശി കഥമരത്തോട് സാരമില്ലെന്നോതി സമാധാനിപ്പിക്കുകയും ചെയ്തു..."

"എന്നിട്ട് ?... ഇത്രേള്ളൂ..."

കഥ പകർത്തിയെഴുതിയ കുഞ്ഞു അക്ഷമയോടെ ചോദിച്ചു...

"ആ കൊഴപ്പല്ല്യ, തല്ക്കാലം ഇത് മതി... അവാർഡ് കഥപോലണ്ട്... കഥടെ പേര് ഞാനിട്ടു 'കഥയും കാറ്റും' അപ്പൊന്നാ ഓക്കെ മുത്തശ്ശി ടാറ്റാ..."

സ്കൂൾ വണ്ടിയുടെ ഹോൺ കേട്ടതും കുഞ്ഞു പുസ്തകം മടക്കി ബാഗിൽ തിരുകി ബസ്സിലേക്കോടി...

കുഞ്ഞുവുംകൂടി സ്കൂളിൽ പോയതോടെ എന്നത്തേയുംപോലെ മുത്തശ്ശി ദൂരെ പാടത്തിനക്കരെ കാറ്റിനോട് വിഷമം പറയുന്ന ആ ആൽമരത്തെ ഒരു കണ്ണാടിയിൽ തന്നെത്തന്നെ നോക്കിയിരിക്കുന്നതുപോലെ നിശ്ശബ്ദമായി നോക്കിയിരുന്നു...

ഒറ്റപ്പെടലിൻ വേദന എന്നിലും നിന്നിലും ഒരു പ്രതിബിംബം കണക്കേ നിലകൊള്ളുന്നു...

9

നിശ്ശബ്ദ സംവാദം

ഒരിടത്തൊരിടത്ത് അന്വേഷണകുതുകിയായ ശിഷ്യനും, എല്ലാം വേണ്ടവിധം സാവധാനത്തിൽ തന്റെ ശിഷ്യന് പറഞ്ഞു മനസ്സിലാക്കിക്കൊടുത്തിരുന്ന ആശാനുമുണ്ടായിരുന്നു...

ശിഷ്യൻ : ഒരു ചില സംശയങ്ങൾ ചോദിച്ചോട്ടെ?

ഗുരു : പിന്നെന്താ ചോദിച്ചോളൂ...

ശിഷ്യൻ : സംസാരിക്കുമ്പോൾ ശ്രദ്ധിക്കേണ്ട വിധമെങ്ങിനെയാണ്?

ഗുരു : പരമാവതി പതുക്കെ സംസാരിക്കാൻ ശീലിക്കണം.

ശിഷ്യൻ : അപ്പോ എങ്ങിനെ കേൾക്കും ?

ഗുരു : ശ്രദ്ധകൊണ്ട് കേൾക്കാൻ കഴിയുന്നതേ പറഞ്ഞിട്ട് കാര്യമുള്ളൂ.

ശിഷ്യൻ : എങ്കിൽ പറയാതിരുന്നാൽ പോരേ?

ഗുരു : കേൾക്കാൻ വിസമ്മതമെങ്കിൽ പറയാതിരിക്കുന്നതാണ് ഉത്തമം.

ശിഷ്യൻ : അപ്പോൾ ഉറക്കേ പറയേണ്ടുന്ന ഒന്നാണെങ്കിലോ?

ഗുരു : കേൾവിക്കാരുടെ അടുത്ത് ചെന്ന് പറയുന്നത് ഉത്തമം.

ശിഷ്യൻ : അപ്പോൾ കൂടുതൽ പേരുണ്ടെങ്കിലോ?

ഗുരു: കഴമ്പുള്ളത് മാത്രം പറഞ്ഞു മതിയാക്കണം.

ശിഷ്യൻ : ശബ്ദം താഴ്ത്തുന്നതിലൂടെ എന്താണ് ഗുണം?

ഗുരു : പറയുന്നവന്റെ ഊർജ്ജത്തെ നിയന്ത്രിക്കാനും , കേൾക്കുന്നവന്റെ ശ്രദ്ധയെ ഉറപ്പിച്ചു നിർത്താനും അത് സഹായിക്കുന്നു.

ഗുരു : സംശയങ്ങൾ തീർന്നോ? എന്താ മിണ്ടാതിരിക്കുന്നത് !

ശിഷ്യൻ : ഞാൻ സംശയങ്ങൾ ശബ്ദമില്ലാതെ ചോദിച്ചുകൊണ്ടിരിക്കുകയായിരുന്നു... ആശാന് കേൾക്കുന്നുണ്ടോ?

ഗുരു : ഉം, ഞാൻ അതിനുള്ള ഉത്തരങ്ങളും നിനക്ക് നൽകിക്കൊണ്ടിരിക്കുകയാണ്...

ശിഷ്യൻ അന്തംവിട്ട് ഗുരുവിനെ നോക്കി, ഗുരു കണ്ണുമടച്ച് സ്വസ്ഥമായി ഇരുന്നു...

10

പോക്കറ്റടി

ഒരുപാട് നാളായി തരപ്പെട്ട ഒരു ട്രെയിൻ യാത്ര... ടിക്കറ്റ് കൗണ്ടറിൽ ചെന്ന് അപേക്ഷിച്ചു...

"എറണാകുളത്തേക്ക് ഒരു ടിക്കറ്റ്... സർ ട്രെയിൻ ടൈം എപ്പഴാ!..."
തീരെ ചെറിയ ഒരു കണ്ണട മൂക്കിൽ വെച്ച ചേട്ടൻസർ, ആ കണ്ണടയുടെ മുകളിലൂടെ നോക്കി പറഞ്ഞു...

"വരൂട്ടാ... ഇപ്പൊ വെരും..."

അങ്ങിനെ സന്തോഷത്തിൽ തലയാട്ടി അവിടുന്ന് നീങ്ങി പ്ലാറ്റ്ഫോമിലെത്തി... അവിടെ മൊബൈലിൽ എന്തോ കണ്ടുകൊണ്ടിരിക്കുന്ന ഒരു പോലീസുകാരനോട് ടിക്കറ്റ് കാണിച്ച് ഈ വണ്ടി എവിടെ വരും എന്ന് ചോദിച്ചു... മൊബിലിൽ നിന്ന് കണ്ണെടുക്കാതെ അദ്ദേഹം മറുപടി തന്നു...

"ഇവിടെ വരൂട്ടാ..." എന്ന് പറഞ്ഞു ട്രാക്ക് ചൂണ്ടിക്കാട്ടി... എന്നിട്ട് ഒരു ചിരീം പാസാക്കി, ഹാവൂ യൂട്യൂബും, റീൽസും കണ്ട് സൗമനസ്സ്യരായിമാറിയ അവരുടെ ആ ചിരി കാണുമ്പോൾ തന്നെ മനസ്സിനൊരു സമാധാനം... എന്തായാലും സൗമനസ്യന്റെ അടുത്ത് ഒരു ചോദ്യം കൂടി ചോദിച്ച് വെറുതെ അദ്ദേഹത്തിന്റെ ഭാഷാ നിഘണ്ടു പുറത്തെടുപ്പിക്കണ്ട... അങ്ങിനെ അവിടെ ഒരു കടയിൽ ടിക്കറ്റ് കാട്ടി എറണാകുളം വണ്ടി എപ്പോ വരും എന്ന് അന്വേഷിച്ച് മനസ്സിലാക്കാക്കി...

"യാത്രിയോം കൃപയാ ധ്യാൻ ദീജിയെ... ട്രെയിൻ നമ്പർ..."

ഹായ് ട്രെയിൻ എത്താറായി... എല്ലാം പതിയെ പതിയെ മാറുന്നെങ്കിലും ആ അന്നൗൺസ്മെന്റ് കേൾക്കുമ്പോ ഇപ്പോഴും ഒരു വല്ലാത്ത ഫീൽ ആണ്... അതിനു മുൻപുള്ള ആ കുണും കുണും കുണുക്ക് ശബ്ദവും...

ഇട ദിവസം ആയോണ്ടാവും വലിയ തിരക്കുണ്ടാർന്നില്ല... അങ്ങിനെ ഇടത്തെ വശത്തെ സൈഡ് സീറ്റ് കാലി, ബലെ ബേഷ്!... നേരെ അതിനടുത്തേക്ക് കുതിച്ചു... അപ്പോൾ എതിരിൽ ഇരിക്കുന്ന ആൾ 'നീ എന്നെ കൊന്നാലും ഞാൻ കാൽ മടക്കില്ല' എന്ന രീതിയിൽ സീറ്റിലേക്ക് കാൽ കയറ്റി മയക്കം നന്നായഭിനയിച്ചു തിമിർക്കുന്നു...

തോളത്ത് തട്ടി "സാർ..."

അയാൾ 'ഏതവനാടാ എന്റെ ഉറക്കം ശല്യപ്പെടുത്താൻ' എന്ന ഭാവത്തിൽ ഞെളിപിരികൊണ്ട് കണ്ണ് തുറന്നു... 'ഓ താനായിരുന്നോ... കാൽ മടക്കണമായിരിക്കും!... തനിക്ക് ഈ സീറ്റിലിരുന്നാലേ എറണാകുളം എത്താൻ പറ്റുള്ളൂ അല്ലേടോ...' എന്നൊക്കെ ഹിന്ദിയിലോ അല്ലങ്കിൽ നമ്മടെ സ്വന്തം മലയാളത്തിലോ അയാൾ മനസ്സിൽ ഓർത്തുകൊണ്ടോ എന്തോ ആ തൃപ്പാദങ്ങൾ ഇറക്കിവച്ചു...

"ഹാവൂ, സീറ്റ് കിട്ടി അതും സൈഡ് സീറ്റ്..."

അങ്ങിനെ വണ്ടി ഓടിത്തുടങ്ങി... ഇടയ്ക്കെപ്പോഴോ ഒരു അതിവേഗ ട്രെയിൻ കടന്നുപോവാൻ നമ്മുടെ ട്രെയിൻ ഓരം പറ്റി റാൻ മൂളി നിന്നു...

എത്രയോ ട്രെയിനുകൾ ഇതിലെ അങ്ങോട്ടുമിങ്ങോട്ടും പായുന്നു... അതിലെല്ലാം എത്രയോ ജീവിതങ്ങളും, ചിലർ പല ലക്ഷ്യങ്ങളും മനസ്സിൽ കണ്ടുകൊണ്ടുള്ള യാത്ര, മറ്റ് ചിലർക്ക് അങ്ങിനെ പ്രത്യേകിച്ച് ലക്ഷ്യങ്ങളൊന്നുമില്ലാതെ വെറുതെ അലഞ്ഞുതിരിയുന്ന യാത്രകൾ... ഏവരുടെയും പയനത്തിന് സാക്ഷിയായി ഇക്കണ്ട പാളങ്ങളും...

അങ്ങിനെ മനസ്സിൽ ഓരോന്ന് ആലോചിച്ച് ഇരിക്കുന്നതിനിടയിൽ വലത്തെ പോക്കറ്റിൽ ഒരനക്കം... അറിയാത്തതുപോലെ പതിയേ ഒന്ന് ശ്രദ്ധിച്ചപ്പോൾ അതുതന്നെ 'പോക്കറ്റടി', ഈ സംഭവം സൂക്ഷിക്കുക

എന്നുള്ള ബോർഡ് കുറെ കണ്ടിട്ടുണ്ടെങ്കിലും... പോക്കറ്റടി കാണുന്നത് നടാടെയാണ്... തൊട്ടരികെ ഇരുന്ന് കൈമാത്രം നീട്ടി ദൃഷ്ടി എതിർ ദിശയിലാക്കി ഒരു പ്രത്യേക വൈഭവത്തിൽ ഈ പോക്കറ്റിലെ പേഴ്സിനെ കൈകൊണ്ടാവാഹിക്കുന്ന ആ കാഴ്ച കൗതുകത്തോടെ നോക്കിയിരുന്നു... കാൽഭാഗം പേഴ്സ് പുറത്ത് എത്തിയപ്പോഴും ഒരു തികഞ്ഞ യോഗിയെപ്പോലെ അതീവ ശ്രദ്ധയോടെ ഇരു കണ്ണുകളും അടച്ച് ധ്യാന നിമഗ്നനായി അദ്ദേഹം ആ പേഴ്സിനെ പണ്ട് രാമനാഥൻ നാഗവല്ലിയെ കളത്തിലേയ്ക്ക് ആനയിക്കുന്നതുപോലെ പുറത്തേക്കെത്തിക്കുകയാണ്... ട്രെയിൻ അടുത്ത സ്റ്റേഷനോടടുക്കുന്നു...

അതവിടെ ഇരുന്നോട്ടേ...

ഇനി ഏത് സമയവും അത് സംഭവിക്കാം... ഒരു ചെറുചിരിയോടെ ആ കൈകളിൽ തട്ടി, അതവിടെ ഇരുന്നോട്ടെ എന്ന് ആംഗ്യം കാണിച്ചു... ധ്യാനംവിട്ടുണർന്ന അദ്ദേഹം മുഖത്തേക്ക് നോക്കുമെന്നു കരുതി... പക്ഷേ അദ്ദേഹം എന്തോ തിരക്കിലെന്നപോലെ "ദേ എന്നെ വിളിച്ചോ?" എന്ന നിഷ്കളങ്ക ഭാവത്തിൽ എഴുന്നേറ്റ് പുറകിലേക്ക് മറഞ്ഞു...

അയാളെ പോലീസിൽ ഏൽപ്പിക്കാർന്നില്ലേ, അവിടെ ഉണ്ടായിരുന്നവരോടെങ്കിലും പറയാർന്നില്ലേ... അങ്ങിനെ ചോദ്യങ്ങൾ നിങ്ങൾക്ക് പലതുമുണ്ടാകും... പക്ഷെ ആ പോക്കറ്റടിയഞ്ഞം ആസ്വദിക്കുന്ന സമയം മറ്റൊന്നും ഓർത്തില്ല... ലൈവ് ആയി പലതും കണ്ടുകൊണ്ടിരിക്കുന്ന ഈ കാലത്ത് അങ്ങിനെ ഒരു പോക്കറ്റടി ശ്രമവും കണ്ടു...

ആ... പോട്ടേ റൈറ്റ്...

11
പീപ്പിളി

"ആ... ഞാനാണ് കമറുക്ക്യാണേയ്....

അല്ലടോ!... ഇജ്ജ് നാട്ടീപ്പോവാ? ഒന്ന് പറയണ്ടേ മോനേ... ഈടെ വന്നിട്ട് ആദ്യായിട്ട് നാട്ടീപോമ്പോ അനക്കൊന്ന് വിളിച്ചൂടടോ! ഒന്നൂല്യങ്ങി നമ്മളൊക്കെ ഒരു നാട്ടാരല്ലെടോ... ആ... അത് പോട്ടെ, ഇയ്യ് വിളിച്ചില്ലാച്ചാലും, എനിക്ക് അന്നേ വിളിക്കാല്ലോ... അതേയ് നീ പോമ്പോ ഒരു അർജന്റ് കാര്യണ്ടെനു... ഇജ്ജ് പോമ്പോ ഒരു മാങ്ങെന്റെ ടാക്കും, ഒരു കിലോ പാൽപ്പൊടീം വാങ്ങി പെരേലെത്തിക്കോണ്ടു... പിന്നൊര് കുട്ട്യോൾക്ക്ള്ള പീപ്പീം, വേറൊന്നൂല്യ... ഇയ്യ് തെരക്കൂട്ടൊന്നും വേണ്ട, ആ എയർപോർട്ടിന്ന് ഡ്യൂട്ടിഫ്രീന്നു മേടിച്ച മതി... പീപ്പി അവിടെ കിട്ടോ സംശണ്ട്, അത് നീ പൊറത്തിന്ന് മേടിച്ചളാ... പൈസയൊക്കെ അന്റെലിണ്ടല്ലോലെ... നാ പിന്നെ അങ്ങനാക്കാ വെച്ചള... പീപ്പി മറക്കല്ലേ ഇന്നനെ മേടിച്ചളാ, ഞാൻ വെക്ക്യാണേ... ഡ്യൂട്ടീലാണ്..."

കാര്യാട്ടുമുക്കിലെ ബീരാൻ ഫോൺ എടുത്തതും മറുതലക്കൽ കോളർ ട്യൂൺ പോലെ പണ്ട് നാട്ടീന്ന്

"വിസ ഞാൻ ശരിയാക്കാ ഇജ്ജ് പാസ്സ്പോർട്ടിനില്ള വഴിനോക്കിക്കൂട്"

എന്ന് പറഞ്ഞുപോയ വേലീലൊട്ടി കമറുക്കടെ ശബ്ദം പിന്നീട് ഇന്നാണ് കേൾക്കാണത്... ജോലി പോയിട്ട് നാട്ടില്ക്ക് മടങ്ങാൻ കാശില്ലാതെ മേപ്പട്ട് നോക്കി നിക്കണ ബീരാനിത് താടിക്ക് തീപിടിച്ചിരിക്കുമ്പോ ഒരു മൂളിപ്പാട്ട് കേട്ടാ എങ്ങനിരിക്കും,

അതുപോലെ ഒരു പ്രത്യേക ഫീലാർന്നു ആ ഫോൺ വിളി...

ഒരു നിമിഷം മൊബൈൽ നോക്കി മനസ്സിൽ ആ മഹാനെ ഒന്ന് സ്മരിച്ചു...

"ഓന്റൊരു ഒലക്കേമേല്ത്തെ പീപ്പിളി..."

12

ഇരുളറ

ആ ഇരുണ്ട മുറിയിൽ ദൂരെ കണ്ട ഒരു മെഴുകുതിരി വെട്ടത്തെ നോക്കി അവൻ അലറിക്കരഞ്ഞു...

"നോ!... അവ്വേ അത് കെടുത്താൻ പഴ പ്ലീസ് ലൈറ്റ് ഒഫാക്ക്..."

ചുണ്ടും നാക്കും പുണ്ണുവന്ന് വീർത്ത് തമ്മിൽ കൂട്ടിമുട്ടാതെയുള്ള ദയനീയമായ അവന്റെ കരച്ചിൽ കണ്ടു നില്ക്കാൻ അവനേ നൊന്തുപെറ്റ ആ അമ്മയ്ക്ക് നന്നേ പ്രയാസമായിരുന്നു...

"ഇപ്പൊ അവന്റെ അടുത്തേക്ക് പോകണ്ട..."

ഡോക്ടർ ആ അമ്മയോട് പറഞ്ഞു...

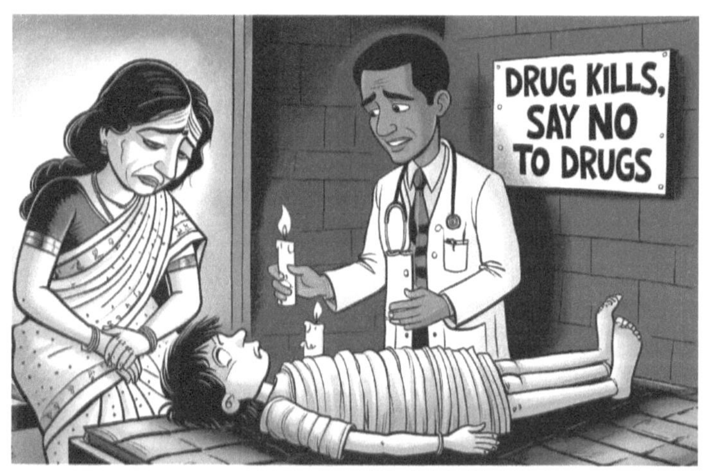

ഞാനൊന്നവനോട് സംസാരിച്ചോട്ടെ ഡോക്ടർ...

"ഏയ്, അവന് പേടിയാവും സാറേ, ഇരുട്ടത്ത് ന്റെ കുട്ടി ഒറ്റയ്ക്ക്, അവനെല്ലാത്തിനേം പേടിള്ള കുട്ട്യാ..."

കരഞ്ഞു തീർന്ന് വിളറി വെറുങ്ങലിച്ച ആ അമ്മ മെല്ലെ ഡോക്ടറിൽ നിന്നും ആ മെഴുകുതിരി വാങ്ങി അവന്റെ അടുത്തേക്ക് നീങ്ങി...

"മോനേ... സാരല്യട, നമുക്ക് വേം പോകാം, അമ്മണ്ട് കൂടെ..."

അവന്റെ തലമുടി തലോടി ആ അമ്മ അവനരികിലായി ഇരുന്നു... നിലത്ത് മുഴുവൻ അവന്റെ വിസർജ്ജ്യങ്ങൾ അതിനു നടുക്ക് ഒരു പുഴുവിനെപോലെ അവൻ ചുരുണ്ട് കിടക്കുന്നു... ആ അമ്മ കയ്യിലെ പൊതിയിൽ നിന്നും അവനിഷ്ടപ്പെട്ട ഉണ്ണിയപ്പം ഒരു കഷ്ണം പൊട്ടിച്ച് അവന് നേരെ നീട്ടി... അവൻ ദയനീയമായി ആ അമ്മയുടെ മുഖത്തേക്ക് നോക്കി...

"അവ്വേ, ന്നേ കൊണ്ടുവോ വ്വേ... ഇനി അവ്വ വറയണത് കേട്ടോളാം... ഇനി തെറ്റൊന്നും ചെയ്യില്ലവ്വേ... വയ്യ അവ്വേ..."

ഇയ്യാളെന്താ ഇങ്ങിനെ സംസാരിക്കുന്നത് എന്ന് ചിന്തിക്കുകയാണെങ്കിൽ ആ അമ്മയുടെ അരികിലായി നിങ്ങളുണ്ടെന്ന് ഒന്ന് മനസ്സിൽ കണ്ടുനോക്കൂ... മറ്റൊരാളല്ല നിങ്ങളുടെ ഉറ്റവരാണ് അവരും എന്ന് കരുതിനോക്കൂ അപ്പോൾ ആ ശബ്ദം മനസ്സിൽ സ്പർശിക്കും, നമ്മേ വേദനിപ്പിക്കും...

"പോവാട്ടോ, നമുക്ക് വേം പോവാം, ഇപ്പൊ കുട്ടനിത് കഴിക്ക്..."

പെട്ടന്ന് അവൻ ആ പൊതി തട്ടി തെറുപ്പിച്ച് ആ അമ്മയുടെ കഴുത്തിൽ പിടിമുറുക്കി... നിലത്ത് കെട്ടിക്കിടന്ന അവന്റെ മലമൂത്രവിസർജ്ജ്യത്തിൽ വീണ് മെഴുകുതിരി അണഞ്ഞു... ഇരുളിൽ അവൻ വലിയ ശബ്ദത്തിൽ പറഞ്ഞു...

"വെളിച്ചം കെടുത്താൻ... നിനക്ക് പറഞ്ഞാ മനസ്സിലാവില്ലേടി..."

അപ്പോളേക്കും ഡോക്ടറും അറ്റൻഡർമാരും ഓടിവന്നു അവനെ പിടിച്ച് മാറ്റി...

"ഞാൻ പറഞ്ഞതല്ലേ അവൻ നോർമ്മലായിട്ടില്ലെന്ന്, വിത്ത്ഡ്രോവൽ സ്റ്റേജ് ഇങ്ങിനെയാണ്... ഈ സമയം അവരെ കാണുന്നതും റിസ്ക് ആണ്..., അവനെ നമുക്ക് തിരിച്ച് കൊണ്ടുവരാം... പേടിക്കണ്ട, ഇപ്പോൾ പൊയ്ക്കോളൂ..."

തിരികെ വരാന്തയിൽ എത്തിയ ആ അമ്മയോട് ഡോക്ടർ പറഞ്ഞു...

സ്വപ്നങ്ങളെല്ലാം നഷ്ടപ്പെട്ട ഒരമ്മകൂടി ആരോടും പരാതി പറയാൻ കഴിയാതെ കയ്യിലെ ആ മലിനമായ പലഹാരപ്പൊതി മുറുക്കിപ്പിടിച്ച് നടന്നു...

"അവ്വേ വോവവല്ലേ , അയ്യോ... നേക്കൂടി കൊണ്ടോവവ്വേ..."

അവന്റെ ആ നിലവിളി കേട്ട് ആ അമ്മയ്ക്ക് വിങ്ങിക്കരയാൻ മാത്രമേ സാധിച്ചുള്ളൂ...

ബോധത്തെ കാർന്നു തിന്നുന്ന ഏതോ ഒരു ലഹരിക്ക് വേണ്ടി അവൻ നഷ്ടപ്പെടുത്തിയത് ജീവിതത്തിലെ കുറേ ഏറേ സന്തോഷങ്ങളാണ്, സ്വസ്ഥമാർന്ന ജീവിതം പണയംവെച്ച് ഇത്തരം ലഹരിക്കളി വേണോ എന്ന് സ്വയം ആലോചിക്കണം, ഭീരുക്കളെപോലെ അതിന്റെ പിടിയിൽ അകപ്പെടാതെ ധീരരായി നല്ല തീരുമാനങ്ങളെടുക്കാൻ കഴിയട്ടെ... സ്വാഭിമാനത്തോടെ നല്ലതലമുറയായി മറ്റുള്ളവരേ സ്നേഹിച്ചും സഹകരിച്ചും ജീവിക്കാൻ നമുക്കിടയിലേ പുതുതലമുറയ്ക്ക് കഴിയട്ടേ എന്ന് ആഗ്രഹിക്കുന്നു... കാരണം ഇത്തരം സാഹചര്യങ്ങൾ കണ്ടുനിൽക്കുന്നത്, ഈ ഏട് വായിക്കുന്നതുപോലെ അത്ര എളുപ്പമായിരിക്കുകയില്ല... മറ്റൊരാളുടെ ദുഃഖങ്ങളിൽ നിന്നും പാഠങ്ങൾ ഉൾക്കൊള്ളാതെ സ്വന്തം കാര്യം വരുമ്പോൾ നോക്കാമെന്ന സിദ്ധാന്തം നല്ലതുതന്നേ... പക്ഷേ ജീവിതത്തിൽ ഒരു ദുഃഖം നമുക്ക് മേൽപിടിമുറുക്കിയാൽ നിങ്ങളുടെ വേദന നിങ്ങൾക്ക് മാത്രം സ്വന്തം... സമൂഹത്തിനതൊരു വാർത്തയിൽ കവിഞ്ഞൊന്നുമല്ലെന്ന് മനസ്സിലാക്കിയാൽ നന്ന്...

ഒന്നോർമിപ്പിക്കുന്നു...

നന്മ കാലുറപ്പിച്ച് വച്ചാൽ , കാലിടറി നില്ക്കുന്ന തിന്മയ്ക്ക് അടിയറവ് പറഞ്ഞേ മതിയാകൂ...

ശരിയായി ചിന്തിക്കാൻ നമ്മുടെ നൂതന സമൂഹത്തിന് കഴിയും എന്ന വിശ്വാസത്തോടെ നമുക്കേവർക്കും മുന്നോട്ട് നടക്കാം...

13

അതൊക്കെ ഒരു കാലം

പുതിയ ഫോണിന്റെ സ്ക്രീൻ പ്രൊട്ടക്ടർ വാങ്ങി പുറത്തിറങ്ങിയപ്പോഴാണ് അബ്ദുവിന്റെ മനസ്സിൽ പഴയ ഒരു സംഗതി മിന്നിമായ്ഞ്ഞത്... അടുപ്പമുള്ളോര് അബ്ദൂനെ സ്നേഹത്തോടെ ബാവേന്നാണ് വിളിച്ചിരുന്നത്...

പണ്ട് കോളേജിൽ പഠിക്കണ കാലം, ഇന്നത്തെപോലെയല്ല പത്രാസ് കാണിക്കാൻ മൊബൈൽ ഒന്ന് മാത്രം മതി, അധികം പേരുടെ കയ്യിലും സംഗതി എത്തിയിട്ടില്ല... ഉപ്പ ഗൾഫിൽ ആയോണ്ട് ഒരെണ്ണം അബ്ദൂനും കിട്ടി...

"ഹലോ... ഹാലോ... കേക്കിണ്ടോ... നീ റേഞ്ച് ഉള്ളോട്ത്തേക്ക് ബാ..."

എന്നൊക്കെ കൂട്ടുകാരോട് പെരപ്പുറത്ത് കേറി എന്തിനെന്നോ ഏതിനെന്നോ അറിയാണ്ട ഫോൺ ചെയ്തിരുന്ന കാലം... ഒരു ദൂസം ബാവാന്റെ ഫോൺ മിണ്ടണില്ല... മനസ്സാകെ സ്റ്റോക്ക്മാർക്കറ്റ് ഇടിഞ്ഞപോലുള്ള ദുഃഖം...

"ഹോ! മൊബൈൽ ഇല്ലാണ്ട ഒരു പണീം നടക്കിണില്ലല്ലോ..." അങ്ങിനെ രണ്ടും കല്പിച്ച് സ്വരുക്കൂട്ടി വച്ച പൈസയും കൊണ്ട് ബാവ ഫോൺ നന്നാക്കാനിറങ്ങി...

"അല്ല ബാവേ... ഇജ്ജെങ്ങടാ മണ്ടണ്..." തിടുക്കത്തിൽ പോവാനൊരുങ്ങിയ അബ്ദൂനെ കണ്ടപ്പോ സുബൈറളിയൻ ചോയിച്ചു... "ഏയ്, ന്റെ ഫോണൊന്നു കേടായി, കടേലൊന്ന് കൊടുത്തോക്കട്ടെ..."

"ഇജ്ജതിങ്ങട് കൊണ്ടന്നാ... നോക്കട്ടെ... നിക്ക് ഞാനും വേരാ..."

മൂപ്പരാധികാരികമായി പറഞ്ഞു... ഇന്നത്തെ പോലെയല്ല ആ കാലത്ത് ഗൾഫുകാർക്കൊക്കെ ഇന്നുള്ളതിനേക്കാൾ ഭയങ്കര വിലയിണ്ടാർന്നു... ഇന്നിപ്പോ നാട്ടിൽ മാളൊക്കെ വന്നപ്പോ ഗൾഫുകാർക്ക് ലേശം മൂല്യം കുറഞ്ഞൂന്ന് മനസ്സിലാക്കാം... കടയിൽ ചെന്നപ്പോ...

"അനക്കിനിയും ഈ സെറ്റൊക്കെ ഒന്ന് മാറ്റാറായില്ലെടോ..., ഈ ഏരിയലും, കുന്തോം, കൊടചക്രോക്കെ..."

ഇങ്ങക്കത്ര പിടിക്കണില്ല്യാച്ചാ ഒരു പുത്യേ ഫോൺ ഇങ്ങട് തന്നളാ... എന്ന ഭാവത്തിൽ

"തത്ക്കാലം ഇങ്ങളിതൊന്ന് നോക്കൂട്..." അബ്ദു പിറുപിറുത്തു...

ഇതൊക്കെ എത്ര കണ്ടതാണെന്ന ഭാവത്തിൽ ആ മൊബൈലിന്റെ പണികളൊക്കെ സിമ്പിൾ ആയി നോക്കി ഒരു ഡോക്ടറെ പോലെ കാര്യം പറഞ്ഞു... "ഐസി പോയതാ..." എന്ത് പറയും എന്ന് ശങ്കിച്ച് നിന്ന ബാവ ഒരശരീരി കേട്ടു...

"ന്നാ മാറ്റിക്കൂട്..." പുറകിൽ നിന്നും അളിയന്റെ ഹീറോ ഡയലോഗ്...

"ന്നാലും ന്റെ അളിയാ!"

അങ്ങിനെ സംഗതി നേരയാക്കണ നേരം അളിയൻ ഗൾഫ് പുരോഗമനത്തിന്റെ കെട്ടഴിച്ചു...

"അവിടെ ദുബായിലിപ്പോ ഒരു ഫോൺ ഇറങ്ങീക്കണ്, ഇവിടെ സംസാരിക്കുമ്പോ അവിടെ അപ്പർത്ത് സംസാരിക്കണോന്റെ മൊഖം കൃത്യമായി കാണാം..."

'ഇങ്ങോളൊന്ന് നിർത്തിക്കാണി കാക്ക... എന്തൊരു വിടലാത്, കാണണ ഫോണേയ്...'

ഇന്നത്തെ കുട്ട്യോൾടെ അത്ര ധൈര്യം പോരാത്തോണ്ട് കടേലെ ഓൻ അത് പറയാണ്ട മിണ്ങി...

"ഇനിജ്ജേജൊന്ന് അടിച്ചോക്ക്യാ..." അത്ഭുതം! ശരിയായി...

"കണ്ടാ സത്യാണ്"... അപ്പോ കാണണ ഫോണും ഇണ്ടായിരിക്കും ചിലപ്പോ... അത് ഗൾഫല്ലേ നാട്, അബ്ദൂന് ഇതിന് മുൻപും അനുഭവള്ളതാണോയ്...

ഇതിന് മുൻപ് ഉപ്പ ലീവിന് വന്നപ്പോ കൊണ്ടന്നതൊരു പോളറോയിഡ് ക്യാമറയാണ്, ഫോട്ടോ പിടിച്ചാ ആ സെക്കൻഡിൽ തന്നെ ഫോട്ടോ റെഡി... അതിന്റെ കാര്യം പറഞ്ഞപ്പഴാ, അന്ന് ഈ

ക്യാമറയിൽ ഉപ്പാന്റെ ഒരു ഫോട്ടോ എടുത്തിരുന്നു... അതിൽ ഉപ്പ ഫോൺ ചെയ്തോണ്ടിരിക്കണ ഒരു പോസാണ്... ഫോട്ടോ സൂക്ഷിച്ച് നോക്കിയാൽ ഉപ്പാന്റെ ഫോണിൽ നിന്നും എന്തോ ഒരു ലൈറ്റ് (ഇടിമിന്നൽ പോലെ) പോണത് കാണാം... പിന്നീട് ഗൾഫിലേയ്ക്ക് മടങ്ങിപ്പോയ ഉപ്പയ്ക്ക് ബാവ ആധികാരികമായി ഒരു കത്തെഴുതി...

"അന്നെടുത്ത ഫോട്ടോയിൽ ഉപ്പയുടെ മൊബൈലിൽ നിന്നും വരുന്ന ശബ്ദ തരംഗങ്ങൾ ദൃശ്യമായിട്ടുണ്ട്... ഒന്നുകിൽ തരംഗങ്ങൾ, അല്ലെങ്കിൽ മറ്റെന്തോ ഒരു വെളിച്ചം... എന്തായാലും ഫോട്ടോ എന്റെ കൈവശമുണ്ട്... അടുത്ത തവണ നാട്ടിൽ വരുമ്പോൾ അത് കാണിക്കാം..." എന്ന് സ്നേഹത്തോടെ അബ്ദു.

കാലം പോയൊരു പോക്കേയ്...

ഇന്നോരോ തവണയും ഗൾഫിൽ നിന്നും തന്റെ കുടുംബത്തെ കണ്ട് സംസാരിക്കുമ്പോൾ അബ്ദുവിന്റെ മനസ്സിൽ ഈ കാര്യങ്ങൾ ഓർത്ത് ചിരിവിടരും... ഒപ്പം കാലം പോയൊരു പോക്കേയ് എന്നൊരു ചിന്തയും...

14

മാന്യൻ ശങ്കു

"ഇങ്ങോട്ട് മാറിനിൽക്കടാ... എന്തടാ നിന്റെ പേര് ?"

കവലയിൽ അടിപിടികൂടിയ സ്ഥലത്തെ പ്രധാന റൗഡിയും ആസ്ഥാന കേഡിയുമായ മലയൻചിറ ശങ്കൂനോട് എസ്. ഐ സോമപാലൻപിള്ള ശൗര്യത്തോടെ ചോദിച്ചു...

അങ്ങിനെയങ്ങ് പോയാലോ... നിക്കടാ അവിടേ...

"സാർ ചോയിച്ചത് കേട്ടില്ലേടാ, മറുപടി പറയടാ നാ..."

ശൗര്യത്തിന്റെ പങ്ക് ഏറ്റു പാടാനൊരുങ്ങിയ ഹെഡ് കോൺസ്റ്റബിൾ നാണുക്കുറുപ്പിനെ പിള്ളസാർ രൂക്ഷമായി ഒന്ന് നോക്കി...

"പിള്ളയിരിക്കുമ്പോ കുറുപ്പാടണ്ടാ..."എന്നൊരു ധ്വനി ആ നോട്ടത്തിൽ വ്യക്തമായുണ്ടായിരുന്നു...

"സാർ, ഞാനല്ല അവന്മാരാ വെറുതെ പ്രശ്നണ്ടാക്കീത്..."

ശങ്കു ശങ്കയില്ലാതെ എസ് ഐ സാറിനോട് ഭവ്യതയോടെ പറഞ്ഞു...

"ആണോടാ? നീയൊക്കെയാണോ പ്രശ്നക്കാർ! "

പിള്ളസാർ ചുറ്റും കൂടിനിന്നവരോട് ചോദിച്ചു...

"സാറ്, അവനോടൊന്നുകൂടി ചോയിക്ക് സാറേ... അവൻ തന്നെ പറയും..."

കൂട്ടത്തിൽ മുഖം കാണിക്കാതെ പിന്നിൽ നിന്നും ആരോ വിളിച്ചു പറഞ്ഞു... പിള്ള ആൾക്കൂട്ടത്തിൽ നിന്നും കണ്ണെടുത്ത് വീണ്ടും ശങ്കൂനേ രൂക്ഷമായി നോക്കി...

"യെവന്മാരാ സാറേ ആദ്യം കൈവച്ചത്... ഇവിടൊരു പോക്കറ്റടി കണ്ടപ്പോ

'എന്താടാ കാട്ടണ്?' ന് ചോദിച്ചു...

'അത് ചോയിക്കാൻ നീയാരാടാ... ന്'

മാന്യമായി ശങ്കു ആ നിക്കണ കാർന്നോരോട് ചോദിച്ചപ്പോ ഒരു പ്രകോപനവുമില്ലാതെ ആ നിക്കണ പച്ചസാരി ചേച്ചി കുടകൊണ്ട് ശങ്കൂനെ ഒറ്റ അടി... ശങ്കൂന്റെ മൂക്കിനാണത് കൊണ്ടെങ്കിലും അത് ശങ്കു വിട്ടു, പോട്ടെ സാരല്ല്യാ ഒരു സ്ത്രീയല്ലേ, സ്ത്രീകളെ ബഹുമാനിക്കണ ഒരു മാന്യനാ ഈ ശങ്കു...

"ഒന്നൂല്യാ... ചേച്ചീ തല്ലല്ലേ..."

എന്നും പറഞ്ഞു ആ കടയിൽ തൂക്കിയിട്ടിരുന്ന ടേപ്പ് റെക്കോർഡറും, മഴള്ളോണ്ട് അവിടിരുന്ന ഒരു കുടയും എടുത്ത് ശങ്കു പോവാർന്നു... ശങ്കൂനു ജീവിക്കാൻ വേറെ വഴിയില്ലല്ലോ സാറേ! അതിനിടക്ക് വെറുതെ കച്ചറ വേണ്ടല്ലോ! അതോണ്ട് ശങ്കു പെട്ടന്ന് നടന്നു..., പോണവഴിക്ക് ആ നിക്കണ കുട്ടീടെ കഴുത്തിലെ മാല ശങ്കു കണ്ടൂന്നുള്ളത് നേരാ...

"മോളേ... കള്ളന്മാരൊക്കെ ഇള്ളതാട്ടോ മാലയൊക്കെ ശ്രദ്ധിക്കണേ..." ന് പറയാൻ ഒന്ന് നിന്നു അത്രേള്ളൂ... അപ്പഴാണ് ഒരു

കാരണവുമില്ലാതെ വകതിരിവില്ലാത്ത ഇവമ്മാർ എന്നെ തല്ലീത്... ഇനി സാർ പറ ഞാനാണോ പ്രശ്നം തൊടങ്ങീത്!"

പിള്ളസാർ രണ്ട് കണ്ണും തള്ളി കുറുപ്പ്സാറിനെ നോക്കി... വിഷമങ്ങൾ കേട്ടാൽ കുറുപ്പിന്റെ കണ്ണുകൾ അപ്പൊ നിറയും... നിറകണ്ണുകൾ ഒപ്പി നില്ക്കുന്ന കുറുപ്പിനോട് പിള്ളസാർ ഗർജ്ജിച്ചു...

"പിടിച്ച് വണ്ടിയിൽ കേറ്റടോ കുറുപ്പേ ഈ മാന്യന്റെമോനെ..., ഇവിടെ അധികം നിർത്ത്യാ അവന്റെ സഞ്ചാരസ്വാതന്ത്ര്യം തടഞ്ഞെന്നു പറഞ്ഞു അവൻ ചിലപ്പൊ നമുക്കെതിരെയും കേസുകൊടുക്കും..."

അങ്ങിനെ സ്വര്യമായി തസ്കര വേലയെടുത്ത് ജീവിക്കാൻ ഈ നാട്ടുകാരും വ്യവസ്ഥിതിയും സമ്മതിക്കില്ലെന്ന് പിറുപിറുത്ത് പോക്കറ്റ്വട്ടി ശങ്കു എന്ന് വട്ടപ്പേരുള്ള കേഡി ശങ്കു പോലീസ് ജീപ്പിൽ മനസ്സില്ലാ മനസ്സോടെ ഞെങ്ങി ഞെരങ്ങി ഇരുന്നു, പോവാ റൈറ്റ്...

15

യത്തീം

"ആ... മൊയ്ദുക്കാ ഇങ്ങളെന്താ പോവാത്ത്?..."

പള്ളിപിരിഞ്ഞിട്ടും പുറത്ത് തൂണുംചാരി എന്തോ ആലോചനയിലായിരുന്നു മൊയ്ദുക്ക...

"മൊയ്ദുക്കാ... ഏയ്... എന്താ ഇങ്ങള് ഇത്ര ആലോയിച്ച് ഇരിക്കണ്?..." മദ്രസ്സാ അദ്ധ്യാപകനായ ബഷീർ പതിയെ ചെന്ന് ആ

തോളിൽ തൊട്ട് ചോദിച്ചു...

അലക്ഷ്യമായി എവിടേയ്ക്കോ നോക്കിക്കൊണ്ടിരുന്ന മൊയ്ദുക്ക പതിയെ തലതിരിച്ച് ബഷീറിനെ നോക്കി...

"അയ്യേ... എന്താത് മൊയ്ദുക്കാ ഇങ്ങള് കരയാണ്?... കണ്ണൊക്കെ കലങ്ങീക്കണല്ലോ... മൈമൂൻറെ നിക്കാഹിന് വന്നോരൊക്കെ പോയോണ്ടാണോ!... അവർക്കൊക്കെ പല തിരക്കിള്ളോരല്ലേ മൊയ്ദുക്കാ... ഇങ്ങളെ തനിച്ചിവിടാക്കി പോമ്പോ ഓർക്കും വിഷമണ്ടാവില്ലേ... അവധികിട്ടിയാ ഓര് പറന്നുവരില്ലേ ഇങ്ങളെ കാണാൻ... മാത്രല്ല സുലൈമാനവിടെ കച്ചോടല്ലേ, അതൊക്കെ ഇട്ടെറിഞ്ഞു പെട്ടന്ന് ഇവിടെ വന്നു നിക്കാൻ പറ്റോ... ഇതിനൊക്കെ ഇങ്ങളിങ്ങനെ ബേജാറായാലോ... എണീക്ക്, നമുക്കൊരോ സുലൈമാനി കുടിക്കാം... അപ്പൊരുഷാറ് കിട്ടും..."

ബഷീർമാഷ് തന്റെ തോൾമുണ്ടെടുത്ത് മൊയ്ദുക്കയുടെ കണ്ണുകളൊപ്പിക്കൊണ്ട് സമാധാനിപ്പിച്ചു...

"എന്നാലും ഓൻ പറയാണ്... അല്ലാ ഓൻ പറയണോലും ശരിയിണ്ട് ബഷീ... ഉപ്പാക്ക് പറ്റ്യേ തെറ്റ് നാടോടുമ്പോ നടുക്കോടാഞ്ഞതാത്രേ... ഈ നാടും വീടും വിട്ട് ഇനീം പൊറത്ത് പോവാൻ എനിക്ക് വയ്യ ബഷീറേ... വർഷം നാല്പതാ ഞാൻ അന്യനാട്ടില് പണീത്ത്... ഇക്കണ്ടതൊക്കെ ഇണ്ടാക്കി... ഓരേ പഠിപ്പിച്ചു ബല്താക്കി കല്യാണൂം കഴിച്ചോടത്തു... എനിക്ക് വേണ്ടി കാത്തിരുന്ന... ന്റെ സുഹ്റാബിയും പോയി... ഞാൻ ഒറ്റക്കായി... വീട്ടില് ഉപ്പാനെ തനിച്ചാക്കി പോയെന്ന പേരുദോഷം മോനിണ്ടാവോന്നാ ഓന്റെ പേടി... ഒന്ന് മരിച്ചുപോവാൻ പറയണത് ശരിയല്ലാഞ്ഞിട്ടാവും ഓര് അത് പറയാഞ്ഞത്... ഉപ്പൂപ്പാക്ക് നടക്കാൻ സ്പീഡ് പോരാന്നാണ് കുഞ്ഞുമക്കള്ടെ പരാതി... ഉപ്പൂപ്പാ ഈസ് ടൂ ഓൾഡ് എന്നാണ് അവരുടെ ഭാഷ... സാരല്ല... ഇതും ഈ ദുനിയാവിൽ മനസ്സിലാക്കേണ്ട ഏടാവും... ഉപ്പാ ഓരടൊപ്പം അങ്ങട് ചെന്നാ ഈ വീട് വാടകയ്ക്ക് കൊടുക്കാല്ലോന്നാ മോന്റെ ഭാര്യ പറയണത്... പണം...പണം... പണം... പണം തന്നെ എല്ലാം..."

കണ്ണുകൾ തുടച്ച് മൊയ്ദുക്ക തുടർന്നു...

"അല്ലാ... ഇന്നത്തെ പ്രായോഗിക ജീവിതത്തിന്റെ അർത്ഥവും അതുതന്നെയാണല്ലോ, മനുഷ്യൻ മനുഷ്യനെ പണമായി മാത്രം കാണുന്ന വേഗതയേറിയ ഒരു ലോകം... നല്ല വർത്താനങ്ങളില്ലാ,

ചെറിയ സന്തോഷങ്ങളില്ലാ, കൊച്ചു കൊച്ച് ഇണക്കങ്ങളും പിണക്കങ്ങളുമില്ല... എല്ലാം പണം കൊടുത്താൽ തീരണ പ്രശ്നങ്ങൾ മാത്രം..."

മൊയ്ദുക്ക മനസ്സ് തുറക്കുന്നത് കേട്ടിരുന്ന സങ്കടം ഒപ്പിയെടുക്കാന്നല്ലാതെ ബഷീർമാഷിനും മറുപടിയില്ലാതായി...

"ബഷീ... ഈടെ യത്തീംമക്കൾടെ ആ പാർപ്പിൽ എനിക്കും ഒരു റൂം തരപ്പെടുത്താമോ?... വാർദ്ധക്യത്തിൽ ഞാനും ഒരു യത്തീമായിതുടങ്ങീടോ... പടച്ചോൻമാത്രം കൂട്ടുള്ള ഒരു അനാഥ വൃദ്ധൻ..."

16
സാഡിസം

അന്നും പ്രഭാതം പൊട്ടിവിടർന്നു...

"അടിച്ച് അവന്റെ അണപ്പല്ല് തെറിപ്പിക്ക്യാണ്ട് കേസും കൂട്ടത്തിനും പോയിട്ടെന്താ കാര്യം...", "ചവിട്ടി അവന്റെനാക്ക് വലിച്ച് തെങ്ങിൽകെട്ടിയിടണ്ടടോ!...", "ഒനോടൊക്കെ എന്ത് വാർത്താനടോ! ഒറ്റയടിക്ക് പല്ല്മുപ്പത്രണ്ടും..." എന്നും കാലത്ത് കോപ്രായക്കുടി പഞ്ചായത്തിലെ പുഷ്ക്കരവിലാസം ടീഷോപ്പിൽ പത്രവാർത്തകൾ ഉറക്കെ വായിക്കാൻ ശങ്കരൻ മുൻഷിയും, വാർത്തയൊന്നിന് ഒരു കമന്റ് വച്ച് പാസ്സാക്കാൻ ആയകാലത്ത് ആ ഗ്രാമത്തിൽ അല്പസ്വല്പം നൊട്ടോറിയസ് ആയിരുന്ന വെട്ടുമുറി കുമാരേട്ടനും റെഡി ആയി...

"കുമാരാ പുട്ടെടുക്കട്ടെ" എന്ന പുഷ്ക്കരേട്ടന്റെ ചോദ്യത്തിന്:

"ആയകാലത്താർന്നൂച്ചാ ഒരെണ്ണം നോക്കാർന്നു ഇപ്പൊ ചവക്കാനൊക്കെ വല്ല്യേ പാടാടോ..." എന്നും പറഞ്ഞു കുമാരേട്ടൻ ആയകാലത്ത് മുണുങ്ങിയ പുട്ടും അയവിറക്കി താടിമേ കയ്യുംകൊടുത്തിരുന്നു...

എന്നും കുമാരേട്ടന്റെ ഈ 'ആയകാലത്താർന്നൂച്ചാ' വചനം കേട്ടാലേ പുഷ്ക്കരേട്ടന് ഒരു സമാധാനള്ളൂച്ചാ എന്താ ചെയ്യാ, ഒരു തരം 'സാഡിസം' അത്രനെ...

ആയകാലത്താർന്നൂച്ചാ... ഒരു കൈ നോക്കാർന്നൂ

17

ഒരു ബ്ലാക്ക് & വൈറ്റ് കുട പുരാണം

കുറച്ചു ദിവസമായി കുട്ടികാലത്തെ ഓർമ്മകളാണ് മനസ്സ് നിറയേ...

സമയം തള്ളിനീക്കാനായി ഉപയോഗിച്ചിരുന്ന സമൂഹമാധ്യമങ്ങളിൽ നിന്നും, വാർത്താ കോലാഹലങ്ങളിൽ നിന്നും പിൻവലിഞ്ഞതായിരിക്കാം ഇപ്പോൾ മനസ്സിന് എന്തെന്നിലാത്ത ഒരു സ്വസ്ഥത. പണ്ട് രായിരനെല്ലൂർ എ. യു. പി സ്കൂളിൽ എന്റെ ക്ലാസ് ടീച്ചറായിരുന്ന അനിത ടീച്ചർ മരണപ്പെട്ടു എന്ന വാർത്ത സുഹൃത്തുക്കളിൽ നിന്നും അറിഞ്ഞത് ഇന്നലെ രാത്രിയാണ്... മനസ്സിൽ ടീച്ചറുടെ ആത്മാവിനു നിത്യശാന്തിക്കായി എല്ലാ പ്രാർത്ഥനകളും. സ്കൂളിൽ പോകുന്നതും, പഠനത്തിന്റെ പ്രാധാന്യത്തെ കുറിച്ചും അറിവില്ലാതിരുന്ന കാലം, അതായിരുന്നു അന്നത്തെ ബാല്യം... ഇന്നലെ ടീച്ചറെ കുറിച്ച് ഓർത്തതുകൊണ്ടായിരിക്കാം ഈ സ്കൂൾ ഓർമ്മ... മൂന്നാം ക്ലാസ്സിൽ പഠിക്കുമ്പോൾ എന്റെ സുന്നത്ത് കല്യാണം കഴിഞ്ഞു സ്കൂളിൽ തിരിച്ചു ചെല്ലുന്ന ദിവസം...

നന്മയുടെ വിളനിലങ്ങളാണ് വിദ്യാലയങ്ങൾ

അന്നെല്ലാം ഏതെങ്കിലും ടീച്ചർമാർ അവധിയിലാകുമ്പോൾ ക്ലാസുകൾ തമ്മിൽ യോജിപ്പിച്ചു കൂടുതൽ കുട്ടികളുള്ള വലിയ ക്ലാസ് ആക്കിമാറ്റും. ക്ലാസ് നിറച്ചും കുട്ടികൾ, ഞാൻ ഏറ്റവും പുറകിലുള്ള ബെഞ്ചിൽ പോയി സ്ഥാനമുറപ്പിച്ചു. ടീച്ചർമാർ അവരുടെ സർവ്വ ശക്തിയുമെടുത്തു പറഞ്ഞെങ്കിലേ പുറകിലിരിക്കുന്ന കുട്ടികൾക്കൊക്കെ കേൾക്കൂ... തിരിച്ചും ടീച്ചർക്ക് വേണ്ടത്ര ശ്രദ്ധകിട്ടാത്തതു കൊണ്ട് ആ മറവിൽ ഞങ്ങൾ പൂജ്യം വെട്ടിക്കളിയും, പേന തട്ടിക്കളിയും ഒക്കെ ആയി കൂടും. ടീച്ചർ ഒന്ന് പോയിട്ടുവേണം പുസ്തകം മടക്കി വച്ച് കളിക്കാൻ ജനൽ വഴി ചാടാൻ എന്നായിരുന്നു അന്നത്തെ എന്റെയും കൂടെയുള്ള കൂട്ടുകാരുടെയും ഏക ചിന്ത.

ഇന്നുള്ളപോലെ സൗകര്യങ്ങളൊന്നുമന്നില്ലല്ലോ... കൂടുതൽ പേരുടെയും കൂട്ടുകാരൻ ദാരിദ്ര്യമായിരുന്നു. ക്ലാസ്സിൽ വൃത്തിയുള്ള ട്രൗസറും ഷർട്ടും ഇട്ടുവന്നിരുന്ന ചുരുക്കം കുട്ടികളിൽ രാജേഷും, വിനീതും ആണ് അന്നത്തെ മുൻ നിര ബഞ്ചുകാർ. ക്ലാസ്സിൽ ഏറ്റവും പ്രായവും, ഒരേ ക്ലാസ്സിൽ ഏകദേശം ഒന്നിലധികം വർഷത്തെ പ്രവർത്തനപരിചയം നേടിയ കുട്ടി എന്ന നിലയിലാവാം മുസ്തഫയെ ടീച്ചർ ക്ലാസ് ലീഡറാക്കിയത്... ഇത്തവണ ലീവിന് പോയപ്പോൾ മുസ്തഫയെ കണ്ടു, ജീവിത സ്കൂളിൽ ഇന്നദ്ദേഹം പന്തല്

പണിക്കാരനാണ്... പഴയ സൗഹൃദത്തിൽ ഒരു ലേശം പോലും ഉലച്ചിൽ വന്നിട്ടുണ്ടായിരുന്നില്ല, സ്കൂൾ ബന്ധങ്ങൾ അങ്ങിനെയാണ് കാരണം നിഷ്കളങ്കമായ സൗഹൃദം എന്നൊന്നല്ലാതെ അതിൽ പ്രത്യേക ഉടമ്പടികൾ ഒന്നും തന്നെ ഉണ്ടാകില്ല. അലികുട്ടി, ബഷീർ, ഹുസൈൻ, സജീർ, മുജീബ്, അഫ്സൽ, റഷീദ് അങ്ങിനെ നീളുന്നു ഇന്നും മനസ്സിൽ ഇടിവുവരാത്ത സൗഹൃദങ്ങൾ...

കൂടുതൽ കുട്ടികളുള്ള ക്ലാസ്സായതുകൊണ്ടായിരിക്കാം ടീച്ചർ രണ്ടു മൂന്നു ദിവസം കഴിഞ്ഞാണ് എന്നെ ശ്രദ്ധിച്ചത്.

"അബ്ദു എവിടെയായിരുന്നു കുറച്ചു ദിവസം?"

പുറകിൽ നിന്ന് എഴുന്നേറ്റു ഉറക്കേ പറഞ്ഞു...

"എന്റെ സുന്നത്ത് കല്യാണാർന്നു ടീച്ചറെ!"

ആൺകുട്ടികളും പെൺകുട്ടികളും നിറഞ്ഞ ആ ക്ലാസ്സിൽ ഒരു കൂട്ട ചിരിയുയർന്നു, കൂട്ടത്തിൽ ടീച്ചറും ചിരിച്ചുകൊണ്ട് പറഞ്ഞു "ഇരുന്നോളൂ." . എല്ലാം വളരെ തെളിച്ചത്തിൽ ഓർമ്മയിൽ നിലനിൽക്കുന്നു , ഇന്നലെ കഴിഞ്ഞ പോലെ.

ഇന്നിപ്പോൾ ജോലിയുടെ തിരക്കായി, ഉത്തരവാദിത്തങ്ങളായി, എന്നാലും ഇത്തരം ഓർമ്മകളെ ഓർക്കാനായി പലപ്പോഴും സമയം കണ്ടെത്തുന്നു. അങ്ങിനെയുള്ള രസകരവും ആ കാലത്തു മനസ്സിൽ സംഘർഷഭരിതവും ആയ "ഒരു ബ്ലാക്ക് & വൈറ്റ് കുട പുരാണം" ആയിക്കോട്ടെ അടുത്തത്.

അങ്ങിനെ മഴക്കാലമായി, സ്കൂളിൽ പോകാൻ സ്വതവേ മടിയുള്ള അക്കാലത്തു കുടയില്ലെങ്കിലോ!,

"ഉമ്മാ, എനിക്കൊരു കുടവേണം, മേടിച്ചേര്ഒ?"

ഇതിനു മുന്നേ ഒരു കോലൈസു മേടിക്കാൻ അമ്പതു പൈസ ചോദിച്ചപ്പോൾ പഴയ സാധനങ്ങളും, പേപ്പറുകളും ഇട്ടുവെക്കുന്ന ഉപ്പാന്റെ മേശ തപ്പി 25 പൈസ എടുത്തു തന്ന ഉമ്മാക്ക് ഞെട്ടാൻ ഈ ചോദ്യം തന്നെ ധാരാളം. അന്നൊക്കെ അവസ്ഥ അങ്ങിനെയാണ്... ഉമ്മാടെ കയ്യിൽ കാശ് ഉണ്ടായിരിക്കില്ല എന്നൊന്നും ചിന്തിക്കാനുള്ള ക്ഷമയൊന്നും ഇല്ലല്ലോ, കുട്ടിക്കാലമല്ലേ ! എന്തായാലും ഉമ്മ മറുപടിയൊന്നും പറഞ്ഞില്ലെങ്കിലും പ്രതീക്ഷ കൈവിടാതെ ഞാൻ സ്കൂളിൽ പോവാൻ ഒരുങ്ങി. മനസ്സ് മുഴുവൻ പുതിയ കുട കിട്ടുമല്ലോ

എന്ന ചിന്ത മാത്രം, അതും പിടിച്ചു ഗമയിൽ സ്കൂളിൽ പോണം.

"കുട നന്നാക്കാനുണ്ടോ കുട..."

ഇന്നത്തെ തലമുറയ്ക്ക് ഈ ശബ്ദം അത്ര പരിചിതമായിരിക്കില്ല, കാരണം പലതരം കുടകളാണ് ഇന്ന് വിപണിയിൽ, ഫോണുള്ളത്, പീപ്പിയുള്ളത് എന്തിനധികം കുട്ടികൾ എവിടെ എന്ന് മൊബൈലിൽ രക്ഷിതാക്കൾക്ക് നിരീക്ഷിക്കാൻ കഴിയുന്ന കുടകൾ വരെ ഇറങ്ങിയിരിക്കുന്നു എന്നാണു അറിയുന്നത്, ഇന്നിപ്പോൾ ഒരു കുട കേടായാൽ ഉടനെ പുതിയ ഒന്ന് മേടിക്കുക എന്ന ചിന്തയാണ് പലരിലും കാണുന്നത്, അതുകൊണ്ടു തന്നെ കുട നന്നാക്കുന്നവരും, ചെരുപ്പുകുത്തികളും നന്നേ കുറഞ്ഞു വരുന്നു. എന്തായാലും ഉമ്മ കുട നന്നാക്കുന്ന അവരിൽ നിന്നും ഒരെണ്ണം എങ്ങിനെയോ വില പേശി മേടിച്ചു.

ഞാൻ അന്ന് വൈകീട്ട് സ്കൂൾ വിട്ട് വന്നപ്പോളുണ്ട് ഉമ്മുറത്ത് ഒരു നീളൻ കുട. ഉമ്മ വലിയ സന്തോഷത്തിൽ അതെടുത്തു നീട്ടി, എനിക്ക് അത്ര വലിയ സന്തോഷമൊന്നും വന്നില്ല കാരണം ഞാൻ ഉദ്ദേശിച്ചത് സ്വിച്ചിട്ടാൽ നിവരുന്ന ചെറിയ കുടയാണ്. എന്നാലും പുറമെ കാണിച്ചില്ല. ഉമ്മാ കഷ്ടപ്പെട്ട് മേടിച്ചതല്ലേ, അതുമല്ല സ്വന്തമായൊരു കുടയുമായയല്ലോ. ഇനി വേണ്ടത് മഴയാണ്, "ആലിൻ കായ് പഴുത്തപ്പോൾ കാക്കയ്ക്ക് വായ്പ്പുണ്ണ്" എന്ന് പറഞ്ഞപോലെ കുട കിട്ടിയപ്പോൾ മഴയും പെയ്യുന്നില്ല. കൂട്ടുകാരെ കാണിക്കാനായി വെറുതെ കൊണ്ടുപോകാമെന്ന് കരുതിയപ്പോൾ ഉമ്മാ സമ്മതിക്കുന്നുമില്ല, എവിടെങ്കിലും വച്ചു മറന്നെങ്കിലോ എന്നാണു ഉമ്മയുടെ പേടി. കഷ്ടപെട്ടു മേടിച്ച മൊതലല്ലേ, അസൂയക്കാർ കണ്ടാലെടുത്തേക്കും.

ഞാൻ സ്കൂളിൽ പോയ നേരം ഉമ്മാ ആലോചിച്ചു കണ്ടുപിടിച്ച ഒരു സൂത്രം, വീടിന്റെ ജനലഴിക്കു പെയിന്റ് അടിക്കാൻ വേണ്ടി കൊണ്ടുവന്ന വെള്ള പെയിന്റ് എടുത്ത് കുടയുടെ മുകളിൽ വലിയ അക്ഷരത്തിൽ നല്ലവണ്ണം കാണത്തക്ക രീതിയിൽ എന്റെ പേരിന്റെ ഓരോ അക്ഷരവും എണ്ണിപ്പെറുക്കി എഴുതി നിരത്തി, ഉമ്മയുടെ കണക്കിൽ 5 ശീലയുള്ള കുടയ്ക്ക് ഒരക്ഷരം കൂടുതലാണ് അവസാന അക്ഷരം ലേശം ചെറുതാക്കി രണ്ടക്ഷരവും കൂട്ടി ഒരു കട്ടയിൽ ഒതുക്കി. കറുപ്പിൽ വെള്ള പെയിന്റിൽ വലിയ അക്ഷരങ്ങൾ, ആ കുട

എന്റേതല്ലെന്നു ആ നാട്ടിലുള്ള ഒരാളും ഇനി പറയില്ല. സ്കൂൾ വിട്ടുമടങ്ങി വന്ന ഞാൻ എന്റെ പേരെഴുതിയ കുട കണ്ട് ഞെട്ടിപ്പോയി. ഈ കുടയുമായി സ്കൂളിൽ പോകുന്നതാലോചിച്ചു ഒരെത്തും പിടിയും കിട്ടുന്നില്ല. സങ്കടം അണപൊട്ടിയൊഴുകി, എന്റെ സങ്കടം കണ്ടപ്പോൾ ഉമ്മയ്ക്കും വിഷമായിക്കാണും. പിറ്റേന്ന് സ്കൂളിൽ പോകുമ്പോൾ നല്ല മഴയും, ഉള്ള വിഷമം ഇരട്ടിയായി എല്ലാം മനസ്സിൽ ഒതുക്കി കുടയെടുക്കാതെ ആ മഴയത്തിറങ്ങി ഓടി.

എന്റെ സങ്കടം കണ്ടു വിഷമിച്ച ഉമ്മാ കൂലങ്കുഷമായി ചിന്തിച്ചു ഒരു പോംവഴി കണ്ടെത്തി. ജനാല അഴിക്കടിക്കാൻ ബാക്കി മേടിച്ച കറുപ്പ് ചായമെടുത്തു ആ വെള്ള അക്ഷരങ്ങളെ മായ്ക്കുക എന്നതായിരുന്നു ആ വഴി. തിരിച്ചു വന്നപ്പോൾ പെയിന്റ് ഉണങ്ങാൻ വെച്ച എന്റെ കുട കണ്ടപ്പോൾ എന്റെ സങ്കടമെല്ലാം മാറി ചിരി വന്നുപോയി. വെളുക്കാൻ തേച്ചത് പാണ്ടായി എന്ന് പറഞ്ഞപോലെ പാവം കുട.

ഭാഗ്യം ജനലിനു കറുപ്പും വെള്ളയും മാത്രം നിറങ്ങൾ കൊടുക്കാൻ ഉപ്പ തീരുമാനിച്ചത്, അല്ലെങ്കിൽ ചിലപ്പോൾ കുടയ്ക്ക് ഫാഷൻ നിറങ്ങളായേനെ. എന്തായാലും ഞാൻ പതുക്കെ ആ കുടയെ ഇഷ്ടപ്പെടാൻ തുടങ്ങി, നല്ല മഴയുള്ള ദിവസം ഞാൻ ആദ്യമായി അവനെ എന്റെ ക്ലാസ്സിലേക്കും കൊണ്ടുപോയി. കൂട്ടുകാരൊക്കെ കളിയാക്കിയെങ്കിലും അതൊന്നും തന്നെയായിരിക്കില്ല എന്ന് ചിന്തിച്ചു ആ കുടയും ചൂടി നടന്നു. പരീക്ഷ കഴിഞ്ഞ ദിവസം സ്കൂൾ പൂട്ടിയ സന്തോഷത്തിൽ കുടയെടുക്കാൻ മറന്നു വീട്ടിലേക്കോടി, പിന്നീട് അവധി കഴിഞ്ഞു സ്കൂൾ തുറക്കുന്നതുവരെ മനസ്സിൽ മുഴുവൻ ആ കുട അവിടെ തന്നെയുണ്ടായിരിക്കണം എന്ന ചിന്തയായിരുന്നു. സ്കൂളിലെത്തിയതും മൂന്നാം ക്ലാസ്സിലെ ബെഞ്ചിനടിയിൽ അതാ അവൻ സുരക്ഷിതമായി ഇരിക്കുന്നു. ഓടിപ്പോയെടുത്തു, അപ്പോളാണ് ഞാൻ ആ ആഗ്രഹത്തിന് കൊടുത്തിരുന്ന വില മനസ്സിലായത്. കുറച്ചു കൂടി വലുതായി പിന്നീട് ആലോചിക്കുമ്പോൾ എന്റെ ഉമ്മാ അത് വാങ്ങാൻ കൊടുത്ത പൈസയുടെ മൂല്യവും, എന്റെ ആഗ്രഹം നിറവേറ്റാനായി കഷ്ടപ്പെട്ടതിന്റെ വിലയും മനസ്സിലാവുന്നു.

ഒരു മധുരമായി എന്നും ഈ ഓർമ്മ എന്നിൽ നിലനിൽക്കട്ടെ. കണ്ണടച്ചിരിക്കുമ്പോൾ മനസ്സിൽ ഒരു മഴ പെയ്തിറങ്ങിയ സുഖം.

ഒരു ബ്ലാക്ക് & വൈറ്റ് കുട

18

ഉണ്ടപ്പത്തല്

"ഫിറോ... ഇജ്ജും ചെങ്ങായിമാരും പോരണോ?"

കുട്ടിക്കാലത്ത് മാമനോ, ഉപ്പയോ പുറത്ത് ടൗണിൽ പോകുമ്പോൾ അവരേ എന്തെങ്കിലും ഒക്കെ മസ്ക്കടിച്ച് ഞങ്ങൾ കുട്ട്യോളും കൂടെക്കൂടും... ടൗണിലെത്തിയാൽ ഹോട്ടലീന്ന് എന്തെങ്കിലും സ്പെഷ്യൽ മൂപ്പര് മേടിച്ചേരും... വീട്ടീന്ന് പൈക്കുമ്പോ എന്തെങ്കിലും തിന്നണപോലല്ലല്ലോ ടൗണിലെ ഹോട്ടലീന്നുള്ള സ്പെഷ്യൽ, അത് സ്പെഷ്യലല്ലേ...

"മൊയ്ദീനേ   കുട്ടയാള്ക്കെന്തൊച്ചാ   കൊടുത്തൂട്രോ... ഞാനപ്പർത്തിണ്ട് "

ഇതും   പറഞ്ഞു   മാമൻ   ഞങ്ങൾ   കുട്ടിപ്പട്ടാളത്തേ ചായക്കടേലിരുത്തി അപ്പർത്തേക്ക് പോയി... ശേഷം ഞങ്ങൾ മൊയ്ദീന്ക്കടെ പലഹാരപ്പാട്ടിന് കാതോർത്തിരുന്നു...

"വെള്ളപ്പപ്പത്തലും,   നെയ്പ്പത്തലും,   നീർദോശ   പിന്നൊരു കോയ്പ്പത്തലും അങ്ങിനെ പലവിധ പത്തലുണ്ടേ, കൂടൊരു നല്ലൊരു കായടയും.... തേന്നൂറും ഓമന ഉന്നക്കായും, കിണ്ണം കലത്തപ്പം, അരിപ്പത്തിരീം... കണ്ണൂരിൻ മണമേകും കണ്ണൂരപ്പം, ഇടിയൂന്നി, ബിൻഡിയാ, കോയിക്കാലും... മേണ്ടെന്ന് പറയാത്ത തരിമണ്ടയും, നാവിൽ വീണലിയുന്ന എലാഞ്ചിയും... പുതിയാപ്പളയ്ക്കൊരുക്കണ നെയ്യടയും വേണങ്ങി കൈച്ചൂട് മുട്ടമാലേം... അരിയുണ്ട, എള്ളുണ്ട, ഉണ്ടപ്പൂട്ടും... നാത്തൂന്റെ കണ്ണായ ബിരിയാണിയും... ബയറ് നെരേ തിന്നോളി വേണ്ടത്രയും, ചൂടോടെ തിന്നോളീ ബെക്കം ബെക്കം... പലതുണ്ട് ഗുണമുണ്ട് തിന്നാലത്രേ"

മനംനിറഞ്ഞാൽ തന്നോളീ കായത്രയും... പൈക്കുമ്പോ പോന്നോളീ പിന്നേം പിന്നേം... ബാങ്ങി കായിച്ചോളീ കുഞ്ഞിമാരേ..."

ഇനി മക്കള് പറ എന്താ മാണ്ടീത്...

"ഇക്ക് നീളൻ പത്തല് മതി, ഇക്ക് മസാല പത്തല്..." കുട്ടിപ്പട്ടാളങ്ങൾ ഓരോരുത്തരായി ചാടിക്കേറി പറഞ്ഞു... അന്നത്തെ പരിഷ്ക്കാരികളായിരുന്ന ഘീ റോസ്റ്റും മസാലദോശയുമാണ് ആണ് ഈ പറഞ്ഞ പത്തലുകൾ...

"ആ... അനക്കോ ഫിറോ?..."

ഈ പാട്ടില് കേൾക്കാത്ത ബോർഡിൽ എഴുതിക്കണ്ട ഒന്നിലാർന്നു ഫിറോസിന്റെ കണ്ണ്... 'ബൂരി ബാജി!'... കൊള്ളാം പുതിയ എന്തോ ഇറക്കുമതിയാണ്... മുൻപൊന്നും കേട്ടിട്ടില്ല...

"ഇക്കത് മതി..."

ഫിറോസ് ആ ബോർഡിലേയ്ക്ക് കൈചൂണ്ടി പറഞ്ഞു...

"എന്ത്!..."

മൊയ്ദീൻക്ക അന്തംവിട്ട് ബോർഡിലേക്ക് നോക്കി...

"ആ അവസാനം എഴുതീത്..."

"ഏത്! ബൂരി ബാജ്യ..."

അവ്വ് പഹയാ ഞാൻ ബെടെ തൊള്ളപൊട്ടി പാടുമ്പോ ഇയ്യത് നോക്കി കണ്ടുപിടിക്ക്യാർന്നൂ..."

അങ്ങിനെ ഒരു സ്പെഷ്യൽ ഐറ്റം പറഞ്ഞെന്റെ ഗമേല് ഫിറോസ് താൻ പറഞ്ഞ ഐറ്റം വരുന്നതും കാത്തിരുന്നു... എല്ലാവരുടെയും മുഖത്ത് "ച്ചെ, ഫിറോസ്ക്ക പറഞ്ഞതന്നെ പറയാർന്നു" എന്നൊരു ഫീല് വായിച്ചെടുക്കാം...

അങ്ങിനെ ആകാംക്ഷയുടെ അതിർവരമ്പുകൾ തകർത്തെറിഞ്ഞുകൊണ്ട് ആ വിഭവം മുന്നിലെത്തി... ഫിറോസും മറ്റു കുട്ട്യോളും ആ വിഭവത്തെ ആശ്ചര്യത്തോടെ നോക്കി... എന്നിട്ട് എല്ലാവരും ഒരേ സ്വരത്തിൽ പറഞ്ഞു...

"ആയ്... ഇങ്ങളെന്ത് പണ്യാ കാട്ടീത് മൊയ്ദീൻക്ക... ഇത് നമ്മടെ ഉമ്മച്ചി എപ്പഴും വീട്ടിലിണ്ടാക്കണ ഉണ്ടപ്പത്തലല്ലേ!... ഇങ്ങള് പേരുമാറ്റി ആളെ പറ്റിക്ക്യാ?..."

ഉണ്ടപ്പത്തൽ അലിയാസ് ബൂരി ബാജി

അങ്ങിനെ ആദ്യമായി എപ്പഴും വീട്ടിൽ നിന്ന് കഴിക്കാറുള്ള ഉണ്ടപത്തലിന്റെ പുതിയൊരു പേരുകൂടി ഫിറോസും കൂട്ടരും പഠിച്ചെടുത്തു... വർഷങ്ങൾക്കിപ്പുറം ഇപ്പോഴും ബൂരി ബാജി കഴിക്കുമ്പോ ഈ സംഭവം മനസ്സിലൂടെ ഒന്ന് മിന്നിമായും...

19

ഒരു പാലക്കാടൻ കച്ചോടം

"ചേട്ടോയ് ഒര് ആലത്തൂര്... എത്രാണ്...?"

"140/- , തൃശ്ശൂര് കുറച്ച് താമസം ഉണ്ടാവുംട്ടാ, ഭക്ഷണം കഴിച്ചേ പോകൂ... "

കണ്ടക്ടർ പറഞ്ഞു...

"അത് സാരാല്യാന്നേയ് മെല്ലെ പോയാമതി... പക്ഷെ എന്തൊരു കാശാത്, മറ്റേ ബസ്സിലിത്രീണ്ടോ...? ഇതെപ്പളാണ് പാലക്കാട്ടേത്തണത്! അപ്പൊ പൈസ മാത്രേ മാറ്റള്ളൂ... പോണ വാഴ്ഘ്യാളോക്കെ അതന്നെല്ലേ...പിന്നെന്താ A/C ഇണ്ടല്ലോല്ലേ..."

അങ്ങിനെ യാത്രയ്ക്കിടയിലെ മയക്കം ഈ പാലക്കാടൻ വായ്ത്താരി കേട്ടാണ് ഉണർന്നത്... വേണ്ട കണ്ണ് തുറക്കണ്ടാ... ഉണർന്നൂന്നറിഞ്ഞാൽ ചിലപ്പോ ഈ പാലക്കാടൻ കാർന്നോർ ചെവി തിന്നാനിടയുണ്ട്... അതനുവദിച്ചുകൂടാ, ഉറക്കം നടിക്കാം... ഞാൻ തീരുമാനിച്ചു...

അങ്ങിനെ അദ്ദേഹത്തിന്റെ ആദ്യ ഫോൺ സംഭാഷണം തുടങ്ങി...

"ഹാലോ... രവ്യേട്ടോയ് എന്താണ്... ഇത് ഞാനാണേയ്... കാലത്ത് നെടുമ്പാശ്ശേരിലെത്തി ഓ..., നമ്മടെ കോയമ്പത്തൂർ പാർട്ടി അവിടെ 3 സീയാർ ആയി വെയ്റ്റിംഗ് ആണേയ്... അവര് വണ്ടി വിട്ടന്നിണ്ടേയ്... വെറുതെ എന്തിനാ നമ്മള് കയ്യിന്ന് എണ്ണ അടിച്ച് പോണത്! ല്ലേ? സംഗതി അവിടെ വന്നിട്ട് ഒരുപാട് സംസാരന്നൂല്യ ടോക്കൺ കൊടുക്കാ... പോരാ... അല്ലെങ്കിലിപ്പൊ എനിക്ക് അവിടെന്ന് തിരക്കിട്ട് പോരേണ്ട കാര്യല്യാല്ലോ... അപ്പൊ ശരീട്ടൊന്നാല്... ആലത്തൂര് കാണാം... ഓ... ന്നാ ശെരി..."

ആഹഹാ എന്ത് രസമുള്ള പുളു... എന്തായാലും കോയമ്പത്തൂർ പാർട്ടി കൊള്ളാം നല്ല വണ്ടി വിട്ടോടുത്തല്ലോ... അതും KSRTC ലോ ഫ്ലോർ A/C ബസ്... ഇതാവുമ്പോ എണ്ണയൊക്കെ സർക്കാർ നേരിട്ടടിച്ചോളും... അങ്ങിനെ ആ ഗുണ്ട് പൊട്ടി പോകയടങ്ങണെന്ന് മുന്നേ അടുത്തേന് മൂപ്പര് തിരികൊളുത്തി... ഇത്തവണ തമിഴിലാണ് യജ്ഞം...

"ഹാലോ... ഹലോ... കേക്കിതാ... നാൻ വന്തിട്ടിരിക്കേൻടാ... പാർട്ടി ഭദ്രമാ! നാൻ ട്രാവൽ പണ്ണീട്ടിരിക്കേൻടാ... അങ്കെ സെൽവനിരിക്കാരോ? നല്ലാ ഗൗനിച്ചിദ്രാ... നാൻ ശീക്രം വന്തിടും... കാലേലെ ടിഫിൻ സാപ്പിട്ടിയാ? നീയും സാപ്പിട്ട് റെഡിയാ നില്ല്..."

സംതിങ് ഫിഷി...ആ എന്തെങ്കിലും ആവട്ടെ ഗുണ്ടിന്റെ ഇടയിൽ ഓലപ്പടക്കും കാണൂല്ലോ... ഇങ്ങള് അടുത്തത് കൊളുത്താൾശാനെ... എന്തായാലും തൃശ്ശൂരെത്തണവരെ ഒരു നേരമ്പോക്കായി...

"ഹാലോ... ഗോപ്യേട്ടായ്... ഞാനാണേയ്... മറ്റേത് നിങ്ങള് നല്ല പണിയാ കേട്ടീത് ട്ടോ... പാർട്ടിക്ക് എമ്പത് ഏക്കറ തെകെച്ച് വേണേയ്... നിങ്ങടെ അത് എഴുപത് ചില്ലറല്ലേള്ളൂ അതോണ്ടാണേയ്... അത് ശര്യാണ് നിങ്ങക്കൊന്നും ചെയ്യാൻ പറ്റില്ല്യാന്നേയ്, ആ അപ്പർത്തേ പറമ്പാരട്യാണ്... ഓ... ആ തൊട്ട് കടക്കണ പറമ്പില്ലേ... അതന്നെ... ഓ! അത് ഇസ്ക്കൂൾ ഗ്രൗണ്ടാണോ!... അപ്പൊ അത് നടക്കില്ല... ശരി സാരല്ല്യാട്ടോയ്, വേറെ പാർട്ടി വരും നമുക്കപ്പോ നോക്കാം ഗോപ്യേട്ടാ... ന്നാ ശരി വേറെ ആരോ വിളിക്കിണ്ടേയ്..."

ച്ചെ! നാലും ന്റെ ഗോപ്യേട്ടാ നിങ്ങടെ ആ സ്ഥലം ഒരു എമ്പത് മുട്ടീച്ചാ മ്മടെ ഈ ചുള്ളൻ മുറിച്ചേനെ... സാരല്ല്യാ അടുത്തേല് പിടിക്കാം... ഈ ചേട്ടന് അടുത്ത ഫോൺ വരണേ എന്ന് പ്രാർത്ഥിച്ചു...

"ഹാലോ... എന്താണത് കാറോ...! ഏതാണ് വണ്ടീ...! ഇന്നോവ്യാ...! എന്താപ്പോ മൂപ്പര് പ്രതീക്ഷിക്കണത്... ഏതാണ് മോഡല്... ഹൗ! 2007 മോഡല് വണ്ടി രണ്ടേമുക്കാൽ ലക്ഷം രൂപ... മൂപ്പർക്ക് തലക്ക് നല്ല സുഖല്ല്യേ! ഞാനൊന്ന് നോക്കട്ടെ... എന്തായാലും അത്രോന്നും കിട്ടില്യാ പറഞ്ഞോന്നീയ്... ഞാനിപ്പോ വേറൊരു മീറ്റിങ്ങിലിരിക്ക്യാണേയ്... ഞാൻ നോക്കട്ടേട്ടോ..."

ഉടനേ ഫോണെടുത്ത് അടുത്ത ആൾക്ക് കുത്തി...

"ഹാലോ... മധോട്ടാ... ഞാനാണേയ്, അന്നിങ്ങളൊരു വണ്ടീടെ കാര്യം പറഞ്ഞിണ്ടാർന്നില്ലേയ്... നല്ലൊരു വണ്ടി വന്നിണ്ടേയ്... ഇന്നോവ്യാണ് 2007 മോഡലാണെങ്കിലും നല്ല സൂപ്പർ കണ്ടീഷൻ... ഓ... ഞാനിപ്പോ കണ്ടേള്ളൂയ്... ഓടിച്ചോക്കും ചെയ്തൂ... നേരിട്ട് കാണാണ്ടൊരു കാര്യം മധോട്ടനോട് പറയ്യോ ഞാൻ... പാർട്ടി നാല് നാലര എന്നൊക്കെ പറയും അത് മൂപ്പർടെ ആഗ്രഹം... നമുക്ക് ഒരു മൂന്നര മൂന്നേ മുക്കാലിന് കച്ചോടാക്കാം... വണ്ടി അങ്ങട് ചെക്കനോട് കൊണ്ടരാൻ പറയാന്നാല്... ഞാൻ വൈന്നേരം അങ്ങടെത്താം... ഓക്കെ! ആണ്ച്ചാ സ്പോട്ടിൽ ടോക്കണ്‍ കൊടുത്തിടെയ്, ആയ്ക്കോട്ടെ നാ വേറൊരു കോള് വരിണ്ടേയ് വെക്കാണേയ്..."

ഉറങ്ങണ പോലെ നടിക്കാം

ദീർഘജ്ഞാനീ... ഇവിടെ ഈ ബസ്സിലിരിക്കുമ്പോ മൂപ്പര് കൂടുമാറ്റം വഴി പാലക്കാട്ടിള്ള ഇന്നോവ നേരിട്ട് കണ്ടിരിക്കുണു മാത്രല്ല ഓടിച്ചോക്കും ചെയ്തേക്കുണു... കണ്ണ് തുറന്നൊന്ന് ഈ മഹാനെ ഒരു നോക്ക് കാണണമെന്നുണ്ട്... വേണ്ട ചിലപ്പോ ആ ഫ്ളോ അങ്ങട് പോയാലോ... ഇങ്ങള് അടുത്ത കോള് എടുക്കിഷ്ട്ടാ...

"ഹാലോ... ഞാനാണേയ്... നമ്മടെ ആ തെങ്ങിൻ പറമ്പില്ലേ... അത് മൂപ്പര് പറയണപോലൊന്നും പോവില്ലാ..

അതിണ്ടല്ലോ കോണോട് കോണ് മുറിച്ച്, ആ കൊളള്ളേ!... അതിന്റെ അരിക് പിടിച്ച് ഒരു പത്തേ പതിനാറ് അളവില് മുറിച്ച്... അയിലൊര് ഷെഡില്ലേ... ആ ഷെഡിന്റെ അതിലൂടെ കൊണ്ടൊന്ന് കഷ്ണാക്കണം... മൂപ്പര്ക്ക് അത് അവിടെത്തീട്ട് വരച്ച് കാണിച്ചോട്ക്കാം... സലം വിക്കാന് വച്ചാ പോരാന്നേയ്... അത് വെക്കണ്ട രീതീല് വക്കണേയ്... മൂപ്പര്ക്കറിയില്യത്... ഞാന് വന്നോണ്ടിരിക്ക്യാണേയ്... ഇപ്പൊ തൃശ്ശൂരെത്തി... ഇനി ഇവിടെന്നെന്തെങ്കിലും ശാപ്പാട് കഴിച്ച് നേരെ ആലത്തൂര്ക്ക് പിടിക്കും..."

ച്ചെ! തൃശ്ശൂരായോ... എന്തായാലും മൂപ്പര്ടെ തള്ളൂട്ട്യായപ്പൊ ബസ്സ് പറപറന്നു... എന്തായാലും പറ്റിക്കല്സിന് പോലും ഒരു പാലക്കാടന് നിഷ്ക്കളങ്കത തോന്നി... അങ്ങിനെ ബസ്റ്റാന്റില് ബസ്സിറങ്ങി... തൃശ്ശൂര് നല്ല കണ്ണായ സ്ഥലം എത്ര ബസ്സ് വേണങ്കിലും പാര്ക്ക് ചെയ്യാം... അപ്പൊന്നാ അങ്ങന്യാക്കാം... തല്ക്കാലം വില്പ്പനയ്ക്കില്ല, അടുത്ത ബസ്സ് കേറി നാടുപിടിക്കാന് നോക്കട്ടേ, ഞാന് പതിയേ ബസ് ഇറങ്ങി നടന്നു...

20

കുത്തിക്കുറി

"മുത്തശ്ശി എന്താ ഈ എഴുതിക്കൊണ്ടിരിക്കണേ?..."

കാലത്തേ ഉമ്മറത്തിരുന്ന് കുഞ്ഞൂന്റെ പഴയ നോട്ട്ബുക്കിൽ എന്തൊക്കെയോ കുത്തിക്കുറിക്കുന്ന മുത്തശ്ശീടെ അടുത്തു വന്ന് കുഞ്ഞു ചോദിച്ചു...

"ഏയ്... മുത്തശ്ശി വെറുതെ ഓരോന്ന് ഇങ്ങിനെ കുത്തിക്കുറിക്കണെതാ കുഞ്ഞൂ..."

'അരികിലുണ്ടെന്നതിനേക്കാൾ വലിയ സമാധാനമെന്തുണ്ട്... മനസ്സുനിറയും പുഞ്ചിരിയേക്കാൾ വലിയ സന്തോഷമെന്തുണ്ട്... മിണ്ടിപ്പറയുമ്പോഴുള്ള രസത്തെക്കാൾ വലിയ രസമെന്തുണ്ട്... ഇവയൊന്നുമല്ലാതെ തിരക്കുകൂട്ടുന്ന നാം കണ്ടെത്തുന്ന മറ്റെന്തുണ്ട്?'

മുത്തശ്ശി എഴുതിയ വരികളിലൂടെ കുഞ്ഞു കണ്ണോടിച്ചു...

"ഇതൊക്കെ ആരെങ്കിലും വായിക്കോ മുത്തശ്ശീ? മുത്തശ്ശിക്ക് എഴുതണണച്ചാ എന്റെ ഹോംവർക്ക് എഴുതിതന്നൂടെ?... വെറുതെ സമയം കളയാന്നല്ലാണ്ട്... " കുഞ്ഞു ലോജിക്കലായി ചിന്തിച്ചു ചോദിച്ചു...

മുത്തശ്ശി ഒരു ചെറുപുഞ്ചിരിയോടെ ആ പുസ്തകത്തിൽ അവസാന വരി ഇങ്ങിനെ എഴുതി...

മനസ്സും, പേനയും, കടലാസ്സും, കാലവും തമ്മിൽ
മിണ്ടിപ്പറയുമ്പോൾ ഒരു സുഖം... അത്രതന്നെ...

21

പുണ്യ വസന്തം

അങ്ങിനെ ഒരു നബിദിനക്കാലം...

പതിവുപോലെ കാലത്തെഴുന്നേറ്റ് പ്രഭാത പ്രാർത്ഥനകളും മൗലീദും കഴിഞ്ഞു ശാന്തമായിരിക്കുമ്പോൾ... വൃശ്ചിക കാറ്റിന്റെ തണുപ്പും കുട്ടിക്കാലത്തെ നബിദിന ഓർമ്മകളുടെ വസന്തവും മനസ്സിലേയ്ക്ക് ഓടിയെത്തി... നാടിനേ അങ്ങേയറ്റം സ്നേഹിക്കുന്ന ഓരോ പ്രവാസിയുടെയും മനസ്സിൽ തോന്നുന്ന അതേ ചിന്ത എന്നിലും വന്നുപോകുന്നു.

"നാട്ടിലേയ്ക്ക് ഒന്ന് പോയിവന്നാലോ!"

ചിന്തിക്കാൻ ടിക്കറ്റ് എടുക്കണ്ടല്ലോ... അതോണ്ട് തത്ക്കാലം ചിന്തയിലൂടെ നമുക്കൊന്ന് നാടുചുറ്റി വരാം...

ലോകത്തിന് തന്നെ കരുണ എന്ന് വിശേഷിപ്പിക്കപ്പെട്ട പ്രവാചകൻ മുഹമ്മദ് നബി (സ) യുടെ ജന്മദിനം. കാലത്ത് നേരത്തേ എഴുന്നേറ്റ് കുട്ടികൾ ആ പാടവരമ്പത്ത് കൂടി ഘോഷയാത്രയായി മദ്രസയിലേക്ക് പോകുന്നത് കാണാൻ തന്നെ ഒരു കുളിർമ്മയാണ്... ഓർമ്മയിൽ അങ്ങിനെ ലയിച്ചിരിക്കുമ്പോഴാണ് മൊബൈലിൽ നാട്ടിലെ പെങ്ങന്മാർ നബിദിന റാലിയുടെ ചിത്രങ്ങൾ പങ്കുവച്ചത്. അതിൽ നീല ഷർട്ടും വെള്ള വട്ടത്തൊപ്പിയും ധരിച്ച് ഇമ്പമാർന്ന പാട്ടിനോടൊപ്പം ദഫ് മുട്ടി താളത്തിൽ പോകുന്ന സജ്ജുവും, കസവ് ജുബ്ബയണിഞ്ഞു നാണം

മാമന്റെ ആ നിർദ്ദേശം ശരിവെച്ച ഞാൻ ഉള്ളതിൽ ചെറുതും ഇറുക്കമുള്ളതുമായ ഒരു ഷൂവിൽ കച്ചോടമുറപ്പിച്ചു. അങ്ങിനെ ആശിച്ചുമോഹിച്ച ഷൂ എന്ന ആഗ്രഹം നിറവേറിയിരിക്കുന്നു, ഇനി എറ്റഹായും പെട്ടന്ന് അവനേ നിരത്തിലിറക്കണം.

അങ്ങിനെ, കാത്തിരുന്ന ദിവസമെത്തി. നബിദിനത്തിന്റെ തലേ ദിവസം ഞാൻ തിരിഞ്ഞും മറിഞ്ഞും കിടന്നു , ഉറക്കം കിട്ടുന്നില്ല, എങ്ങിനെങ്കിലും ഒന്ന് നേരം വെളുത്താൽ മതി, പുതിയ കുപ്പായവും ഷൂസും ഇട്ടൊന്ന് വിലാസനം അതായിരുന്നു മനസ്സ് നിറയെ. കാലത്ത് നേരത്തേ എഴുന്നേറ്റു. വെള്ള ഷർട്ടും നീല പാന്റും പിന്നെ നമ്മുടെ ഷൂസും ഇട്ടങ്ങിനെ മദ്രസയിലേക്ക് പത്രാസ്സിൽ നടന്നു. അവിടെ എത്തിയപ്പോഴേക്കും കാലിലെ പെരുവിരൽ വല്ലാതെ കടയുന്നു. സംശയിച്ചതുപോലെതന്നെ കാര്യം ഷൂ കുറച്ചധികം ചെറുതാണ്.

സംഗതി എത്ര ചാടിയാലും മറിഞ്ഞാലും ഊരിപ്പോകില്ല, പക്ഷേ വേദനകൊണ്ട് ഊരിവയ്ക്കേണ്ടിവരുമോ എന്ന സംശയമേയുള്ളൂ... ഏയ് വേദനയൊന്നുമില്ല, പുതിയ ഷൂ അല്ലെ അതുകൊണ്ടാണ്, അവന് കാലുമായി ഒന്ന് പൊരുത്തപ്പെടാനുള്ള സമയം കൊടുക്കണ്ടേ... അങ്ങിനെ സ്വയം സമാധാനിപ്പിച്ചു. മദ്രസ്സയിൽ നിന്ന് ബാഡ്ജ് ഒക്കെ കുത്തി മറ്റ് കുട്ടികളോടൊപ്പം ദഫ് തട്ടി താളത്തിൽ റാലി നീങ്ങിത്തുടങ്ങി... കാലിൻറെ വേദന അസഹ്യമായി തുടങ്ങി. വഴിയോരത്ത് ഞാൻ പുത്തനുടുപ്പിട്ട് ദഫ് കളിക്കുന്നത് കാണാൻ ഉമ്മയുണ്ടാകും, ആറ്റുനോറ്റ് വാങ്ങിയ ഷൂ ഉമ്മ കണ്ടില്ലെങ്കിൽ ആ മനസ്സ് വിഷമിക്കുമെന്ന് കരുതി വേദന കടിച്ചമർത്തി ഞാൻ മുന്നോട്ട് നീങ്ങി.

എന്തൊരു വേദന ഹോ !

അങ്ങിനെ തികഞ്ഞ ഒരു പോരാളിയുടെ മനോവീര്യത്തോടെ ദഫ് തട്ടി മുന്നോട്ട് നീങ്ങി. അങ്ങിനെ പപ്പടപ്പടി സെന്ററെത്തി, ഇനിയാണ് ശരിക്കുള്ള ദഫ്ഫുകളി കാഴ്ചക്കാരുടെ കൂട്ടത്തിൽ ഉമ്മയുമുണ്ട്. കാലിലെ വേദന സഹിച്ച് ഞാൻ ദഫ്കളിച്ചു. അവിടെ നിന്ന് പതിയെ റാലി മുന്നോട്ട് നീങ്ങി, അതേഇനി ഒരടി മുന്നോട്ട് വയ്ക്കാനാകില്ലെന്നു മനസ്സിലായപ്പോൾ മെല്ലെ ഷൂസൂരി കയ്യിൽ പിടിച്ചു. എന്നിട്ട് പതിയെ മദ്രസയിലെ ജീപ്പിൽ കൊണ്ടുവച്ചു.

തിരികേ വീട്ടിലേയ്ക്ക് വരുമ്പോൾ പുത്തൻഷൂസിനെ ഭദ്രമായി ഒരു കവറിലിട്ട് വീട്ടിലേയ്ക്ക് നടന്നു.

"എന്താ ഷൂസൂരി കയ്യിപ്പിടിച്ചേക്കണ്..." എന്ന ചോദ്യത്തിന്

"അത് ലേശം വലിപ്പം കൂടുതാലാ..."

എന്നും പറഞ്ഞു ആ കവർ എവിടെയോ വച്ചു... പിന്നീട് ഞാൻ ആ ഷൂസ് കണ്ടിട്ടില്ല... പിറ്റേന്ന് പുത്തൻ ഷൂസിട്ട് സ്കൂളിൽ പോകാനിരുന്ന ഞാൻ എന്റെ പഴയ വാർചെരുപ്പിട്ട് അന്തസ്സായി

സ്കൂളിലേയ്ക്ക് നടന്നു. എന്നാലും അന്നെന്നോട് പിണങ്ങിപ്പോയ ആ 'ഷൂ' എവിടെ പോയോ എന്തോ?...